நிறக்குருடு

க.சுதாகர்

நிறக்குருடு	:	சிறுகதைகள்
ஆசிரியர்	:	க.சுதாகர்
	:	© ஆசிரியருக்கு
முதற்பதிப்பு	:	மே 2016
அட்டை வடிவமைப்பு	:	வம்சி
வெளியீடு	:	வம்சி புக்ஸ்
		19, டி.எம்.சாரோன்,
		திருவண்ணாமலை - 606 601
		9445870995, 04175-235806
அச்சாக்கம்	:	மணி ஆப்செட், சென்னை-600 077
விலை	:	₹ 100/-
ISBN	:	978-93-84598-24-2

Nirakurudu	:	Short Stories
Author	:	Ka.Sudhakar
	:	© Author
First Edition	:	May - 2016
Cover Design	:	Vamsi
Published by	:	Vamsi books
		19.D.M.Saron,
		Tiruvannamalai-606 601
		9445870995, 04175 - 235806
Printed by	:	Mani Offset, Chennai-600 077
	:	₹ 100/-
ISBN	:	978-93-84598-24-2

www.vamsibooks.com - e-mail: vamsibooks@yahoo.com

என் அன்னை திருவேங்கடம் அம்மாளுக்கும்
பெண்ணினத்திற்கும்...

முன்னுரை

வாழ்வில் எண்ணற்ற அனுபவங்கள் கொட்டிக் கிடப்பதை படைப்பாளியால் மட்டுமே படைப்பாய் மாற்ற முடிகிறது. தான் சந்திக்கும் மனிதர்களிலிருந்து சிலரை இந்த உலகத்திற்கு அறிமுகப்படுத்த வேண்டுமென்ற நிர்பந்தம் சுதாகருக்கு ஏற்பட்டிருப்பதை, அதை அவர் சரியாகக் கையாண்டிருப்பதற்காக பாராட்டலாம்.

புதிதாக எழுத ஆரம்பிப்பவர் கவிதை, சிறுகதை எனத் தொடங்குவதை மறுதலித்து 400 பக்க நாவலை முதலில் எழுதி இலக்கிய உலகில் பிரவேசித்தவர். 6174, 7.83 ஹெட்ஸ் என்ற தன் முந்தைய இரண்டு புதினங்களிலும் அறிவியல் புனைகதை சொல்லி தமிழ் வாசகர்களை வெகுவாக கவர்ந்தவர். தன் முதல் நாவலான 6174க்கு பெரிய வாசகர் வட்டத்தையும் பல பரிசுகளையும் பெற்றவர்.

இந்தத் தொகுப்பில் சங்க இலக்கியப் பாடல்களின் சில வரிகளோடு நிகழ்கால வாழ்வைக் குழைத்து வாழ்வியலைப் படைப்புகளாக்கி இருக்கிறார். பெண் அனேகமாக எல்லாக் கதைகளிலும் முக்கிய பங்கேற்கிறாள்.

ஆராய்ச்சி செய்யும் பெண், அதீத புத்திசாலியாய் பரிணமிக்கும் பெண் என்ற பரிணாமம் விலக்கி இந்தத் தொகுப்பில் எளிய பெண்கள் வீரியமிக்க தரிசனங்களோடு வருகிறார்கள். பெண் எங்கிருந்தாலும் ஆழ்ந்து சிந்தித்து

அற்புதங்களைச் செய்யக் கூடியவள்தான். அது சில நேரம் உடனே புரிபடும், சில நேரம் கொஞ்சம் காலத்தைக் கோரும். ''அறம் தனியாத்தான் நிக்கும். ஆனா ஜெயிக்கும்'' என்ற ஆசிரியரின் வரிகளைப் போல.

தன் பெரிய அங்காலாய்ப்பாக தான் காணும் வாழ்வின் காட்சிகளை சொல்ல நினைக்கும் சுதாகர், இன்னும்கூடக் கொஞ்சம் பொறுமையுடன் அதைக் கையாண்டிருக்கலாம் என்று தோன்றுகிறது.

''அஃறிணை உயிரினங்களும் ஜடப்பொருட்களும் பொய் சொல்வதில்லை.ஆனால் அவை பேசுவதுமில்லை'' - எனக்கு மிகவும் பிடித்த வரிகளில் ஒன்று. அப்படி மட்டும் பேச ஆரம்பித்துவிட்டால் அதுதானே நம் கனவு லோகம். வேண்டாம்... இப்படியே முண்டும் முடுச்சுமாக இருக்கட்டும். அப்போதுதான் தவறுகளிலிருந்து நாம் கற்றுக் கொள்ளமுடியும். நாம் எல்லோரும் கற்றுக் கொள்ளலாம். வாழ்த்துகள் நண்பரே,

எளிமையான அன்போடு,

ஷைலஜா

உள்ளே...

1. அறங்காவலன் 7
2. அஜிதாவின் காதல் 13
3. கம்பனை ரசித்தல் 19
4. கருப்பி என்ற தேங்காத்துருத்தி 24
5. சிகப்பு இன்னோவா 30
6. சொர்ண முத்துக்குமாரி 36
7. நிறக்குருடு 41
8. பெத்தமனம் 47
9. லாரா கோம்ஸ் 51
10. ஜூலி 57
11. கரடிக்காமம் 63
12. ஆடுகளம் 72
13. சிவகாமி 76
14. செண்பகாவின் அப்பா 83
15. செல்லத்தாயி 92
16. மலர் வீழும் ஓசை 99
17. லூர்துவின் லிரில் சோப்பு 104

1

அறங்காவலன்

''யாரு வந்திருக்காங்க சொல்லுங்க பாப்போம்'' உள்ளே நுழைந்த என்னை, மனைவியின் சீண்டல் கேள்வி ஒரு கணம் வந்திருப்பவரைக் கூர்மையாக நோக்க வைத்தது. ஒரே கணம்தான்.

''வித்வான்ஸ் ஸார் தானே?''

''ஹா ஹா'' என்று பெரிதாகச் சிரித்தபடி, மிகுந்த மகிழ்ச்சியுடன் கை குலுக்கினார். அவரது வெண்ணிறக் குறுந்தாடியுள் சற்றே மறைந்திருந்த முகத்தில் தளர்ச்சி ஒரு கணம் நீங்கியதாகப் பட்டது எனக்கு.

வித்வான்ஸ் என்றால் ஏதோ சங்கீத வித்வான் என்று நினைத்து விடாதீர்கள். பல்கலைக்கழகத்தில் ஒரு க்ளார்க்காகச் சேர்ந்து படிப்படியாக உயர்ந்து , ரிடையர் ஆகும் தருவாயில் அசிஸ்டெண்ட் ரிஜிஸ்ட்ரார் என்ற அளவுக்கு வளர்ந்திருந்தார். என் மனைவி மங்கையின் டிபார்ட்மெண்ட்டுக்குக் கீழே அவர் வேலைசெய்யும் தொலைதூரக் கல்வித் துறை இருந்ததாலும், மனிதர் தனது அனுபவத்தால் செய்யும் அலுவலக உதவிகளாலும் மற்ற துறைகளின் ப்ரொபசர்களிடம் மிகுந்த மரியாதை பெற்றிருந்தார்.

முன்பெல்லாம், தினமும் அவர் குறித்து ஏதாவது ஒரு கதை இருக்கும்.

''இன்னிக்கு ஒரு கேஸு, கேட்டீங்களா? பர்ஸ்ட் இயர்ல சேர்ந்த ஒரு பையன் தாழ்த்தப்பட்ட இனத்துக்கு சர்டிபிகேட் கொடுத்திருக்கான். எங்க டிபார்ட்மெண்ட் ஆளுங்க, அதப் பாக்காமலேயே விட்டிருக்காங்க. பீஸ் கட்டலைன்னு ஹால் டிக்கட் நிறுத்தி வைச்சிருந்தப்புறம்தான் கேஸ் எங்கிட்ட வருது. அதுக்குள்ள நாலு அரசியல் கட்சி ஆளுங்க, யூனிவர்சிடி கமிட்டீ...''

''அப்புறம்'' என்பேன் அசுவாரஸ்யமாக. இது போல தினமும் ஏதாவது கேட்க வேண்டியிருக்கும். மனைவி ஆபீஸ் விஷயங்களைக் கேட்டும் பொறுமையாக இருப்பது கணவர்களின் கடமை.

''வித்வான்ஸ் வந்தாரு. பேப்பர் எல்லாம் பாத்துட்டு, யார் யார்கிட்ட எப்படிப் பேசணும்னு சொல்லிட்டுப் போனாரோ பிழைச்சேனோ? இல்ல, எங்க டிபார்ட்மெண்ட் அவ்வளவுதான். இத மாதிரி, டாக்டர். மாதுரி ரானடே இருக்காங்களே, அவங்களுக்கு போனவாரம்...''

வித்வான்ஸ் பெயர் கேட்காத நாள் இருக்காது எனக்கு. மனைவிக்கு யூனிவர்சிட்டியின் அரசியலும், அதன் நடைமுறைப் படிகளும் புரியும்வரை வித்வான்ஸ் ஒரு ரட்சகர். பரத்திலிருந்து வந்த மீட்பர்.

இத்தனைக்கும் வித்வான்ஸுக்கு நல்ல பெயர் கிடையாது. ஒரு பைசா லஞ்சம் வாங்கமாட்டார். அதைவிட மோசம், பிறரைக் கொடுக்கவும் விடமாட்டார். சில ஊழியர்கள் இதனாலேயே அவர்மீது கடும் கோபத்தில் இருந்தனர்.

''எதுக்குப் பைசா வாங்கணும், சார்? கவர்மெண்டு சம்பளம் கொடுக்கறான். யூனிவர்சிட்டி அதை தாமதப்படுத்தினா, வி.ஸியைப் பிடிச்சு உலுக்குவேன். எவங்கிட்டயும் எனக்கு பயம் கிடையாது. போன வைஸ் சான்ஸ்லர், ஏதாவது விதிமுறைப்படி சிக்கல்னா, எனக்கு ப்ரைவேட்டா போன் பண்ணுவார். வித்வான்ஸ், ஒரு ஹெல்ப்... யார்கிட்டயும் நான் கேட்டேன்னு சொல்லாதேன்னு கூடவே சேத்துச் சொல்லுவார்'' என்றார் வித்வான்ஸ் உடல்குலுங்கச் சிரித்தபடி.

அவர் குரல் மிக உயர்ந்த தொனியில் இருக்கும்.

உண்மையே எப்போதும் பேசுபவர்கள், உள்ளத்தில் கபடமில்லாதவர்கள் குரல் ஒரு கட்டை உயர்ந்துதான் இருக்குமாம். யாரோ சொன்னது நினைவுக்கு வந்தது.

''மங்கைஜீ, ஒரு டீ போடுங்க'' என்றார் உரிமையாக. '' சவுத் இண்டியன் வீட்டில் காபி குடிக்கவேண்டும் என்பார்கள். நீங்கள் மும்பையில் ஒரு

ரெண்டும் கெட்டான். எனவே டீயும் சுமாராக இருக்கும் என நினைக்கிறேன்'' இப்படி ஒரு வீட்டில் சொல்ல ஒரு தைரியம் வேண்டும்.

''என்னைப் பத்திச் சொல்லப் பெரிசா ஒண்ணுமில்ல சுதாகர்ஜி. ரெண்டு பையன். ஒருத்தன் பி.எஸ்ஸி., ஐ.டி முடிச்சிட்டு வேலைக்குப் போறான் ஒரு மாசமா. பொண்டாட்டிக்கு மன நோய் உண்டு. அதோட நரம்புத்தளர்ச்சி வேற. திடீர்னு வுழுந்துடுவா. நான் அன்னிக்குப் பூரா வீட்டுல இருந்துதான் ஆகணும். இப்ப...'' டீயை உறிஞ்சினார். முகத்தில் வாழ்வில் உழைத்ததன் கோடுகள் வரிவரியாக... நெற்றியில் வழுக்கையில் ஒரு பெரிய தழும்பு அல்லது பழுப்பு மச்சம், கோர்பச்சேவ் போல.

''இப்ப, பசங்க பெரிசாயிட்டாங்க. மூத்தவன், இல்ல இளையவன் பாத்துக்கறான். எனக்கும் நிறைய லீவு போட முடியாதுல்லியா? அதோட ஆபீஸ் பாலிடிக்ஸ் வேற. மங்கை சொல்லியிருப்பாங்களே?''

''ஆமா, சொன்னா'' என்றேன் சுருக்கமாக.

''என் கேட்டகரி வேற. அதுக்கு சாதகமாயில்ல பாருங்க. அதுனால பல தடைகள். ஆறு வருஷம் முன்னாலயே ஏ.ஆர் ஆகியிருக்க வேண்டியது. எவனோ எம்பேருல ஒரு கேஸ் ஜோடிச்சு போட்டு... என் பேர்ல குத்தம் இல்லைன்னு வந்தாச்சு, இருந்தாலும் ஆறு வருசம் போனது போனதுதானே? என்னமோ அரியேர்ஸ் வரும்கறாங்க, பாப்போம்''

சட்டென அவர்மீது ஒரு பச்சாதாபம் எழுந்தது.

''சொல்றேன்னு நினைக்காதீங்க வித்வான்ஸ்ஜி. உங்களுக்கு ஏன் இந்த வேண்டாத வேலை? உங்க வேலையை மட்டும் பாத்துட்டுப் போங்க. சர்வீஸ் இன்னும் ரெண்டு வருஷம் இருக்கா?''

''ஒரு வருசம் ரெண்டு மாசம்'' என்றார் வித்வான்ஸ் புன்னகைத்து. ''என்னால சும்மா இருக்க முடியலை சுதாகர். ஒரு அப்பாவி பையன்கிட்ட சீட் நான் வாங்கித்தர்றேன்'ன்னு சொல்லி ஒரு கிளார்க் பத்தாயிரம் வாங்கியிருக்கான். அந்தப் பையனோட அப்பா, முனிசிபாலிட்டி சுகாதாரப்பணியாளர். காண்ட்ராக்ட் வேலை வேற. ஏமாத்தறதுன்னு வந்தா ஒரு லெவல் இல்லையா?''

"இந்த கேஸைப் பிடிச்சு வித்வான்ஸ் புகார் கொடுத்திருக்கார் இப்ப. அந்தாளு அரசியல் பலம் இருக்கறவன்" என்றாள் மங்கை.

"இது வேணுமா சார்?" என்றேன்.

"வேணும் சார். நாம விட்டுடோம்னா எவன் இந்தப் பசங்களுக்குத் துணை நிப்பான் சொல்லுங்க? எனக்கு விதிமுறைகள் தெரியும். கண் முன்னாடி ஒரு அநியாயம் நடக்குது. தட்டிக் கேக்க வேணாமா?"

இரு நாட்கள் கழித்து, வீட்டுக்கு வந்திருந்தார். முகத்தில் ஒரு சோகம் நிழலாடியதைக் கண்டேன்.

"பையனுக்குக் காக்காய் வலிப்பு மாதிரி வந்திருச்சு. ஸ்டேஷன்ல விழுந்திருக்கான். நல்லவேளை, ரயில் வரலை. யாரோ அவன் பையில என் நம்பரைப் பாத்துக் கூப்பிட்டிருக்காங்க. இப்பத்தான் டாக்ஸியில அவனை வீட்டுக்குக் கொண்டு போயிருக்காங்க. கிளம்பிட்டேயிருக்கேன்"

"அடடா" என்றேன். "முதல் தடவையா இது?"

"இல்ல" என்றவர் தயங்கினார். "முந்தியே வரும். கஷ்டப்பட்டு படிச்சான். வேலை கிடைச்சதேன்னு நிம்மதியானேன். இப்ப திடீர்னு திருப்பி வந்திருக்கு. மூளைக்கு ரொம்ப ஸ்ட்ரெஸ் கொடுக்கக் கூடாதுன்னு டாக்டர் சொல்றாரு. இவன் பாக்கற வேலையில அழுத்தம் இல்லாம இருக்குமா. சொல்லுங்க"

தாடியை வருடிக்கொண்டே மீண்டும் தொடர்ந்தார். "கம்பெனியில தெரிஞ்சுதுன்னா வேலைலேர்ந்து நீக்கிடுவானோன்னு பயப்படறோம். சொல்லாம இருக்க எனக்கு முடியலை. ஏன் மறைக்கணும்னு தோணுது"

"வித்வான்ஸ்ஜி" என்றேன் திடமாக. "உங்களோட விதிமுறைகளையெல்லாம் ஒரு நிமிசம் ஒதுக்கி வைங்க. அவன் வாழ்க்கை அது. அவனைப்பத்தி ஒரு குறை சொல்ல உங்களுக்கு உரிமை இல்லை. வேணும்னா அவனே போய்ச் சொல்லட்டும்"

"அதுவும் சரிதான்" என்றார் தீனமாக.

"இந்த ஆளு மேல எனக்கு நம்பிக்கை இல்லை" என்றேன் மனைவியிடம், அவர் போனபின்பு.

அடுத்த நாள் "வித்வான்ஸை இன்னிக்கு ஒரு கமிட்டி விசாரிச்சிட்டிருந்தாங்க. பாவம்" என்றாள் மனைவி.

"அவர்கூட வேலை செய்யற ஒருத்தி சிபாரிசுல ஒரு பையனுக்கு டிபார்ட்மெண்ட்ல சீட் வேணும்னு ஒருத்தன் வந்து கேட்டிருக்கான். இவர் மெரிட் லிஸ்ட்படிதான் பேரு வரும்"ன்னுட்டாரு. அந்தாளு அம்பதாயிரம் தர்றேன்னானாம். இவர் மாட்டேன்னிருக்காரு. அந்த அதிகாரி கோபமாப் பேச, இவர் பேச, அவ ஹராஸ்மெண்ட்டோ, என்னமோ ஒரு புகார் கொடுத்திருக்கா"

"என்ன ஆச்சு" என்றேன் முதல்முறையாக ஒரு கலவரத்துடன்.

"தெரியலை. நான் கிளம்பறவரை விசாரணை நடந்துகிட்டிருந்தது"

இரவு நானே அவரை அழைத்தேன். "நாலு பேரு கமிட்டி சார். ஒரு ரவுண்டு முடிஞ்சாச்சு. நாளைக்கு. மேலிடத்துலக் கூப்பிடிருக்காங்க. போணும்"

"தனியா எப்படி போராடமுடியும், வித்வான்ஸ்? நீங்களும் உங்க டிபார்ட்மெண்ட் ஆளுங்க, ஏதாவது அரசியல் பார்ட்டி, அசோசியேஷன்னு அழுத்தம் கொடுங்க. அப்பத்தான் வேலை நடக்கும்"

"தனியாத்தான் சார் எப்பவும் உண்மை போராடும். ராமன் பக்கம் எத்தனை மனுசன் நின்னு போராடினான்? விலங்குகள்தான் நின்னுச்சு. மகாபாரதம்? துரியோதனன் பக்கம் படிச்சவன் அத்தனை பேரும் நின்னான். ஒரேயொரு கண்ணன் இவன் பக்கம். அறம் தனியாத்தான் நிக்கும். ஆனா ஜெயிக்கும்"

அவர் போனை வைத்ததும் மனைவி "அவருக்கு சஸ்பென்ஷன் ஆர்டர் கொடுத்துருவாங்க போலிருக்கு, கேள்விப்பட்டேன்" என்றாள்.

எனக்கு உறக்கம் வரவில்லை. அறம் எப்போதும் தனியாகத்தான் நிற்கும். அதற்குத் துணையும் வித்வான்ஸ் போல தனியர்கள்தான் பெரிய

விசாரணைக் குழுவில் தனியாக வயதான ஒரு ஒல்லி உருவம் நிற்பதாகத் தோன்றியது. அதனருகே குறுந்தாடியோடு வித்வான்ஸ் நின்றிருந்தார். தனக்கென, தன் மேலுள்ள குற்றச்சாட்டுகளுக்கு பதில் கொடுப்பதாக இல்லாமல். அறமும் அவரும் விதிமுறைகளுக்கு வாதாட வந்திருப்பதாகத் தோன்றியது.

மனது அலைபாய, கம்பராமாயணத்தைப் புரட்டினேன். சுந்தரகாண்டம்...

ப்ரம்மாஸ்திரத்தில் கட்டுண்ட அனுமன் இராவணன் அவையில் நிற்கிறான்.

"கறுத்த மாசுணம் கனகமா மேனியைக் கட்ட,

அறத்துக்கு ஆங்கோர் தனித்துணையாய் நின்ற அனுமன்"

அறத்திற்கு தனியான ஒரேயொரு துணையாக அனுமன் அன்று இராவண அவையில் நின்றான். அறத்தை எடுத்துச் சொன்னான். வாலில் தீ வைக்கப்பட்டான்.

வித்வான்ஸ் வாழ்க்கையில், வருங்காலத்தில் தீ வைக்கப்படுகிறது. அவர் காக்கும் அறம் அவரைக் காக்குமா? தெரியாது கண்களை மூடினேன்.

"அவர் பையனுக்கு நீங்க வேலைக்கு சிபாரிசு செய்ய முடியுமா? அவருக்குக் கேட்க ஒரு தயக்கம். எனக்குப் புரிஞ்சுது" என்றாள் மங்கை.

"சொல்லி வைக்கறேன். அவன் வேலையில இருந்தாத்தான் சான்ஸ் அதிகம். ஆனா, இந்த ஆளு அந்தக் கம்பெனியில போயி, அவனைப் பத்தி ஏதாச்சும் உண்மையை உளறி வைக்கக்கூடாதே? நீங்க எல்லாரும் சொன்னாக் கேப்பாரா?"

மறுதலிப்பாகத் தலையசைத்து "எங்க?" என்றாள்.

2
அஜிதாவின் காதல்

"இன்னிக்கு சாயங்காலம் மீட்டிங் அஞ்சு மணிக்கு. வரியா?" கேள்வியில் சற்றே பரபரப்பானேன். நண்பர்கள் குழுவின் அடுத்த சந்திப்பு. விட மனமில்லை.

"யாரு பேசறாங்க? என்ன தலைப்பு?"

"சங்ககாலக் காதல் உணர்வும், புதுக்கவிதைகளில் காதலும்"னு ரெண்டு பேர் பேசறாங்க. ஒருத்தர் எம்.கே.தாமஸ், இன்னொருத்தர்... அப்புறம் சொல்றேன்" நிர்மலா வெங்கெட்ராமன் மெல்ல பீடிகை போட்டார்.

"தாமஸ்? போன தடவை மைக்கைப் பிடிச்சுட்டு முடிக்க மறந்தே போனாரே? அவரா?"

"டோண்ட் பி க்ரூயல். அவருக்கு மெதுவா சொல்ற விதத்துல சொல்லிட்டோம். இந்த தடவை கடிகாரம் பாத்துத்தான் பேசுவார். அடுத்த ஆள் யாருன்னு தெரிஞ்சா, நீங்க கண்டிப்பா வருவீங்க. செல்வன் வேலாயுதம்"

செல்வன்? வியப்பு மேலோங்கியது எனக்கு. பல வருடங்களாக பழக்கம் என்றாலும், அதிக நெருக்கமில்லை. அருமையாகப் பேசுவான். ஆழமான அலசல்கள், தெளிவான சிந்தனை. மிகச் சுருக்கமாகப் பேசிவிட்டு, கேள்வி பதில்களில் நேரம் செலவிடுவான்.

"ரைட்டு. கண்டிப்பா வர்றேன். நிர்மலா. எங்க வரணும் சொல்லுங்க."

நிர்மலா வெங்கட்ராமனின் அலுவலகக் கருத்தரங்க அறையை, வெள்ளிக்கிழமை மாலை, சனிக்கிழமை மதியத்திலிருந்து மாலை வரை

தமிழ் நண்பர்கள் தமிழ்ப் புத்தகம், இலக்கியம் என்று பேசுவதற்கு பெரியமனத்தோடு ஒதுக்கித் தருவார். எப்போதெல்லாம் முடியுமோ அப்போது கூடுவோம். மிஞ்சிப் போனால் பத்து பேர் இருப்போம். ஆனால் தரமான, கண்ணியமான விவாதங்களாக இருக்கும்.

அன்று அவர் அழைத்தது ஒரு கல்லூரி ஆடிட்டோரியத்திற்கு. 'இத்தனை பெரிய நிகழ்ச்சியா?'' என்று கேட்டேன்.

''செல்வம் வழக்கமா வெள்ளிக்கிழமை இன்னொரு குழுவுல பேசுவாராம். அவங்க எல்லாரையும் இங்க அழைச்சிருக்கார். அறுவது பேர் இருப்போம் மொத்தமா பாத்தா''

நிர்மலா என்னை விட இரண்டு வருடம், பல்கலைக்கழகத்தில் சீனியர். அப்போதெல்லாம் அவரைத் தெரியாது. அவர் எம்.பி.ஏ படித்துவிட்டு சிங்கப்பூரில் இருந்துவிட்டு, இங்கு சொந்தமாக ஆலோசனை வழங்கும் நிறுவனமொன்றை நடத்திவருகிறார். பைசாவுக்குக் குறைவில்லை இலக்கிய அறிவுக்கும் ஒரு குறையுமில்லை. பேஸ்புக் மூலம் எதிர்பாராவிதமாகக் கிடைத்த நட்பு அவர்.

சீக்கிரமாகவே போய்விட்டேன். நாற்காலிகளை அடுக்கி வைத்திருந்த இடத்திலிருந்து எடுத்துப் போட்டு, வரிசையாக வைத்துக்கொண்டிருந்த தன்னார்வலர்களோடு சேர்ந்து நானும் நாலு நாற்காலிகளை இழுத்துப் போட்டேன். கொஞ்சம் கொஞ்சமாக ஆட்கள் வந்து அமரத் தொடங்கினர். பலரும் தெரியாதவர்கள்.

''உங்களத்தான் தேடிக்கிட்டிருந்தேன். '' நிர்மலாவின் குரலில் திரும்பினேன். ''மீட் டாக்டர். அஜிதா.'' அறிமுகம் செய்யப்பட்ட பெண்மணி நடுத்தர வயதினர். கருத்த மெலிந்த உடல். கோபிப்பொட்டு அணிந்த , பெரிய நெற்றி. டிப்பிக்கல் தென்னிந்தியப் பெண் என்று சொல்லிவிடலாம்.

''அஜிதா எனது க்ளாஸ்மேட். எம்.பி.ஏ முடிச்சப்புறம் தவறாக ஆராய்ச்சி வழியில் செல்ல முட்டள்தனமாக முடிவெடுத்த புத்திசாலி'' அஜிதா புன்னகையுடன் ஏதோ குறுக்கிட ,நிர்மலா தொடர்ந்தார். ''ஒரு

சின்ன ஹெல்ப் வேணும் அஜிதாவுக்கு சில தமிழ்ச் சொற்றொடர்கள் புரியாது. தாமஸ் வேணும்னே தன் மொழி வளத்தைக் காட்டணும்னு பேசுவார். நீங்க அஜிதாவுக்கு எளிய தமிழ்ல விளக்கணும். ப்ளீஸ்''

வியப்புடன் நான் அஜிதாவை ஏறிட்டேன். அவர் எப்போதும்போல புன்னகை பூத்து நின்றார். ''சரி. ஆனா, வளவளன்னு நடுவுல நான் பேசினா, இடைஞ்சலா இருக்குமே?'' '' ஒரு ஓரமா ஒக்காந்துக்கோங்க. எப்பவாவதுதான் அவங்களுக்கு உங்க விளக்கம் தேவையிருக்கும்''

வலதுபுறம் தூணுக்கு மறுபக்கம் இரு நாற்காலிகளை இட்டு அமர்ந்தோம். மேடை தெளிவாகத் தெரிந்தது. முதலில் தாமஸ் ஏறினார். நிர்மலா விஷமத்தனமாகச் சிரித்தபடி ஒரு மேசைக் கடிகாரத்தை உயர்த்திக் காட்டினார். தர்மசங்கடமாகச் சிரித்த தாமஸ் முதலில் தன் உரையைத் தொடங்கினார்.

மூன்று நிமிடங்களின் பின் பக்கவாட்டில் பார்த்தேன். அஜிதா... நம்மூர்ப் பெயர் மாதிரி இல்லை. மலையாளப் பெயர். இந்தப் பெண் நாயர், மேனன், குருவில்லா என்று இரண்டாவது பெயரும் வைத்துக் கொள்ளவில்லை. கருத்த, சற்றே மெலிந்த கையில் ஒரு தங்கவளையல் கோணலாக மணிக்கட்டில் சற்றே மேலெழுந்திருந்த எலும்பில் தட்டி நின்றிருந்தது. அதே சிரிப்பு மாறாமல் கேட்டுக் கொண்டிருந்தார். ஒரேயொரு முறை என்னை நோக்கி சற்றே சரிந்து ''குரீஇன்னா என்ன?'' என்றார். ''அது, குருவி-ங்க'' ''ஓ. தாங்க்ஸ்'' என்று மீண்டும் கவனிக்கத் தொடங்கினார்.

செல்வம் மேடையேறியதும் அரங்கில், நாற்காலிகள் முன்னோக்கி இழுபடும் சப்தம் கேட்டது. பல சங்ககாலப் பாடல்களிலிருந்தும், சிலம்பு, மணிமேகலையிலிருந்தும் அவன் வார்த்தைஜாலத்தை நிகழ்த்தினான். கேள்வியுடன் அஜிதாவைத் திரும்பிப் பார்த்தேன். இவருக்கு குரீஇ புரியாதபோது நள்ளி, என்பது பெண் நண்டு என்ற பொருள் விளங்கியிருக்குமா? அவர் மேற்கொண்டு ஒரு கேள்வி கேட்கவில்லை. முடியுமுன்னரே எழுந்து, மெதுவான குரலில் ''நன்றி'' என்று சொல்லிவிட்டு மெல்ல எழுந்து, ஓரமாய் நகர்ந்து, வெளியேறினார்.

நிர்மலாவிடமும் ஒரு வார்த்தை சொல்லிக் கொள்ளவில்லை? ஏதாவது குடும்பக் காரணங்களால் வெளியேறுகிறாராயிருக்கும் என நினைத்துக் கொண்டேன். நிகழ்ச்சி முடிந்தபின், ஆடிட்டோரியத்தின் செலவுக் கணக்கை முடித்துக் கொண்டிருந்தபோது நிர்மலா வந்தார்.

''ரொம்ப தாங்க்ஸ். அஜிதா போன் பண்ணினாள். அவருடைய உதவிக்கு நன்றி சொல்லிடுன்னா சொல்லிட்டேன்''

''என்ன உதவி செஞ்சேன்னு தாங்க்ஸ் சொல்றாங்க? குரீஇ - குருவின்னேன். அவங்களுக்கு எப்படி மத்த சொற்கள் புரிஞ்சது?''

''அவளுக்குப் புரிஞ்சிருக்காது. புரியவும் முடியாது. அவ மலையாளி. தமிழெல்லாம் சுத்தமாப் படிக்கலை''

அவரை ஏறிட்டேன். இன்னும் பில் ரெடியாகவில்லை.

''அஜிதா, செல்வம் , நான் எல்லாரும் எம்.பி.ஏ க்ளாஸ்மேட்ஸ். செல்வத்தை அவ காதலிச்சா. சொல்ல சங்கடப் பட்டா. நான் போய் அவங்கிட்ட சொன்னேன். அவன் நான் அவளை காதலிக்கலை-ன்னான். ஆனா அதுக்கு அப்புறமும் நண்பனாகவே நடந்துகிட்டான். இவ தீவிரமாக் காதலிச்சா. ஒரு தடவை செல்வத்தோட அக்காவைப் போய்ப் பாத்தோம். 'நான் உங்க குடும்பத்துல நல்ல மருமகளா இருப்பேன்'னு திறந்து பேசினா அஜிதா. அவங்களுக்கு இவ ஜாதி , மொழி தடையா இருந்தது. கல்ச்சரும் வேற. செல்வத்தோட அக்கா , வீட்டுல மேற்கொண்டு பேசத் தயங்கினாங்க. அந்த முயற்சி அப்படியே நின்னு போச்சு''

''அப்ப அஜிதா, செல்வம்கிட்ட இது பத்தி பேசவே இல்லையா? ''

''பேசினா. அவன் அவளை ஒரு காதலியா நினைக்கலைன்னு நேராவே சொல்லிட்டான். பெங்களூர்ல வேலை கிடைச்சுப் போயிட்டான். இவ அவனைத் தவிர யாரையும் நினைக்கவே மறுத்துட்டா''

''அப்போ.. இப்பவும்.. ?''

''யெஸ். இதுவரை கல்யாணமே பண்ணிக்கலை. ரிசர்ச்ன்னு அமெரிக்கா போனா. திரும்பி வந்து ஒரு பெரிய மேனேஜ்மெண்ட்

கல்லூரியில நல்ல பொஸிஷன்ல இருக்கா. செல்வத்தை அவ இன்னும் மறக்கல. எப்பவெல்லாம் அவன் நிகழ்ச்சி நடக்குதோ, அவனைப் பாக்கறதுக்கு வருவா. அவன் கண்ணுல படாம முதல்லயே போயிடுவா.''

''இதென்னக் கிறுக்குத்தனம்?'' திகைத்தேன் நான். ''அவங்க வாழ்க்கையையே வீணாக்கிட்டிருக்காங்க. அவங்களை விரும்பாத ஆளுக்கு, அவனுக்கே தெரியாம இன்னும் உருகறது, பைத்தியக்காரத்தனம். சினிமாவுல, டீன் ஏஜ் வயசுல இதுமாதிரி கேணத்தனம் சாத்தியம். அதோட விட்டுறணும்''

''எவ்வளவோ சொல்லியாச்சு. கேட்கலை. ஒரு விதமான மாய மகிழ்வு. போதை. ஒரு பழமொழி சொல்வங்களே?.. முடவன் கொம்புத் தேனுக்கு ஆசைப்பட்ட மாதிரி. இவ முடவனும் இல்லை, செல்வம் கொம்புத் தேனும் இல்லை. ஆனா இவ அப்படி நடந்துக்கிறதுக்கு காதல் என்கிற பைத்தியக் காரத்தனத்தைத் தவிர எதுவும் எனக்குத் தோணலை. விடுங்க. யார்கிட்டயும் சொல்ல வேணாம். ஓ.கே, ஃபைனல் அமவுண்ட் ஒரு தடவை செக் பண்ணிட்டு, பேமெண்ட் கொடுத்துருங்க''

வெளிவரும்போது எல்லாரும் சென்றுவிட்டிருக்க, எனது வண்டி மட்டும் நின்றிருந்தது. படித்த, பொறுப்பான பதவியில், சமூகத்தில் உயர்தட்டில் வசிக்கும் பண்பான அஜிதாவின் இந்தச் செய்கைக்குக் காரணமென்ன? உள்ளிருந்தே அவரை மெழுகாக உருக்கும் தீ. அதன் ஒளி விரும்பப் படாதது. அதன் பயன் எவருக்குமில்லை.

''ஹைவேக்கு எப்படிப் போகணும்?'' என்றேன் காவலாளியிடம். சுவர்க்கோழிகள் மட்டும் 'க்ரிக் க்ரிக்' என்று கத்திக் கொண்டிருக்க, சாலையின் இருபுறமும் இருள் மண்டிக் கிடந்தது.

கதவைத் திறந்தவர், என் வண்டியின் முன் விளக்கொளியில் கண் சுருக்கினார். ''எப்படி வேணும்னாலும் போலாம். எல்லா ரோடும் ஹைவே-லதான் சேரும் சார்''

குறுந்தொகையில், தன்னை ஏற்காத காதலனை விட்டுவிடுமாறு சொல்லும் தோழிக்கு ஒரு தலைவி சொல்கிறாள்.

''குறுந்தாட் கூதளி ஆடிய நெடுவரை
பெருந்தேன் கண்ட இருங்கால் முடவன்
உட்கைச் சிறுகுடை கோலிக் கீழிருந்து
சுட்டுபு நக்கி ஆங்கு காதலர்
நல்கார் நயவார் ஆகிடும்
பல்கால் காண்டலும் உள்ளத்துக்கு இனிதே''

- குறுந்தொகை

''கூதளி மரத்தின் சிறிய இலைகள் ஆடும் பெருமலையிலுள்ள மரத்தில் இருக்கும் தேன் கூட்டினடியே, கால் நடக்க இயலாது, இருக்கையில் இருக்கும் முடவனொருவன், உள்ளங்கையை, சிறு குடைபோல குவித்து, தேன் சொட்டைச் சேகரிப்பது போன்ற பாவனையில், கூட்டைக் கையால் சுட்டியபடி, கையில் இல்லாத தேனை நக்கிச் சுவைப்பது போல, காதலர் எனக்கு அன்பை தரமாட்டார், என்னோடு வாழமாட்டார் என்று தெரிந்திருந்தும், அவரை மீண்டும் மீண்டும் பார்த்திருப்பது ஒன்றே என் உள்ளத்துக்கு இனிதாயிருக்கிறது''

3

கம்பனை ரசித்தல்

கோவிந்த ராஜூவை உங்களுக்குத் தெரிந்திருக்க வாய்ப்பில்லை. இதுவரை அவனைக் குறித்து எழுதவில்லை. ராஜபாளையக்காரர் என்று சொல்லிக் கொண்டாலும், அவன் பேசுவது ஜெரால்டு, சூசை பர்னாந்து போலவே தூத்துக்குடி பாஷையிலிருக்கும்.

இசக்கியப்பன் மும்பைக்கு வருகிறார் என்று சொன்னதே அவந்தான். ''டே, அந்தக் கஞ்சப்பிசினாரி, 3 டயர் ஏஸி டிக்கட் போட்டு வருது. கேட்டியா?. மழை சும்மாயில்ல மெட்ராசுல கொட்டுது இப்படி''

''லே, அவரு வந்தா சும்மா இரி என்னா? உளறிவச்சு இருக்கற உறவைக் கெடுத்துப்போடாத, ஓம் பைசா ஒனக்கு வேணுமா, வேணாமா?''

''ஐயாங்... வேணும்லா. ரெண்டு வருசமா அஞ்சாயிரம் ரூவா , இப்ப தர்றேன், அப்பத் தர்றேன்னு இழுத்தடிக்காம்ல''

இனிமே ஒழுங்கா இருப்பான் என்ற நம்பிக்கையில் , இசக்கியை அவரது லாட்ஜ் அறையில் காணச் சென்றேன். பத்து நிமிசத்தில் ஹோண்டா ஸ்பெலெண்டர் பைக்கில் இருவரும் வந்து இறங்கினர். ''ஏ, வாடே'' என்றார் இசக்கி முகமலர்ந்து. அனுதாபத்துடன் ''எளச்சிட்டியேய்யா? '' என்றார்.

''சுகர் இருக்குல்லா?''என்றேன் சிரித்தபடி.

''எனக்குந்தான் இருக்கு. ஊசி போட்டுக்கிடுதேன். அப்படியே போயி சாந்தி ஸ்வீட்டுல காக்கிலோ அல்வா. எளவு எத்தன நாளு கிடக்கோமோ? சட்டுபுட்டுன்னு போயிட்டா நல்லது என்னடே?''

என்றார் கோயிந்துவைப் பார்த்து.

அறையில் லுங்கியில் மாறியவர், தனது சூட்கேஸிலிருந்து ஒரு பாட்டிலை எடுத்து வைத்தார். ''அடிக்கியாடே? நல்ல சரக்கு பாத்துக்க. கஸ்டம்ஸ்ல நம்ம பய இருக்கான், அவன் கொடுத்தான்''

''வேணாம் அண்ணாச்சி'' என்றேன். கோயிந்து ஆவலுடன் பார்ப்பது தெரிந்து ''நீ வேணா அடி. ஆனா, வண்டிய இங்கிட்டுப் போட்டுட்டு ஆட்டோ பிடிச்சு வீட்டுக்குப் போ, வெளங்கா?'' என்றேன்.

''சரி''என்பதாகத் தலையாட்டி '' அண்ணாச்சி, ஒரு கிளாஸ் குடுங்க. எப்படி இருக்குன்னு பாப்பம்'' என்றான்.

''ஆமா, நீ சொல்லித்தான் ஷிவாஸ் ரீகல் கம்பனிக்காரன் , சரக்கு சரிபண்ணப் போறாம்பாரு. அண்ணாச்சி, ஒரு லார்ஜு அடிக்கணுமுன்னு தோணிச்சி. ஊத்துங்கன்னு கேப்பியா, அத விட்டுட்டு...''

இருவருக்கும் சரியாக ஊற்றி, கீழே பெல் அடித்து சோடா வாங்கி வரச்சொல்லி, ஐஸ்கட்டிகளும் போட்டுக்கொண்டார்.

இரண்டு ரவுண்டுகள் வரை ஏதோதோ ஊர்க்கதை பேசினார்கள்.

திடீரென அவர் குரல் உயர்ந்தது. ''லே, தே✸✸✸ மவனே, கோயிந்து.. பைசா வேணும்னா எங்கிட்ட மட்டுந்தான் கேக்கணும் வெளங்கா?அதென்ன வீட்டுலப் பேச்சு?''

கோயிந்துவைப் பார்த்தேன். அவன் ஒருமுறை உறிஞ்சிவிட்டு,

''நீங்க கிளம்பி நாரோயில் போயிட்டீய. அண்ணிதான் வீட்டுல இருந்தாக. அதான் அவங்ககிட்ட சொன்னேன். அய்யாயிரம் எனக்குப் பெரிய அமவுண்ட்டு அண்ணாச்சி'' என்றான்.

''இருக்கட்டும்ல. எங்கிட்டல்லா கேக்கணும். அதென்ன பொம்ப்ளேள்ட்ட கேக்கறது? அவ , நான் வீட்டுக்கு வந்ததும் ஒரு ஆட்டம் ஆடுதா. ஏற்கெனவே சகிக்காது. இதுல அழுவாச்சி வேற''

''அண்ணாச்சி'' என்றான் கோயிந்து '' நீரு அவிய சொன்னதும் பைசா அனுப்புவீருன்னு தெரியாமப் போச்சி. அண்ணி கால்ல விழுந்து நன்னி சொல்லுறதா நெனச்சிக்கோரும்''

''நான் அனுப்பினேனா?'' என்றார் அதிர்ந்து ''எப்பலே?''

''பொறவு? ஒங்க அக்கவுண்ட்லேர்ந்துதான் வந்திருக்கும். முந்தானாத்தி வந்துச்சின்னு பேங்க்லேர்ந்து எஸ் எம் எஸ் வந்திச்சே? அதான் அண்ணிட்டே என் அக்கவுண்ட் நம்பரு, பேங்க் NEFT நம்பரு எல்லாம் கொடுத்தேம்லா?''

''செருக்கியுள்ள, அவ அனுப்பிச்சிருக்கா'' என்றார் உதட்டைக் கடித்தபடி '' இதெல்லாம் தெரிஞ்சு வச்சிருக்கா பாரு. இருந்தாலும் பொம்பளேள்கிட்ட நீ கேட்டிருக்கக் கூடாதுல்ல, சொல்லிட்டேன்''

கோயிந்துவின் சிறிய விழிகள் ரத்தச் சிவப்பாயிருந்தன. ''வே, அண்ணாச்சி'' குழறினான். ''ஓமக்கு என்ன மயிரு தெரியும்? அங்? பொம்பளேள்தான் நியாயமா இருப்பாவ. ஓம்மரை மாதிரி ஏமாத்திட்டுத் திரியமாட்டாவ, வெளங்கிக்கிடும்''

''குடிச்சுட்டு உளறுது நாயி''என்றார் இசக்கி சிரித்தபடி. கோயிந்து ஆவேசமானன்.

''இல்லவே, அனுமாரு தெரியும்லா? ராமருக்கு ரொம்ப நட்பு பாத்துகிடும்... அவரு...''

''இவன் இப்ப ராமாயணஞ் சொல்லுதான். கேட்டுக்கடே'' என்றார் என்னைப் பார்த்து. நான் நெளிந்தேன். குடிக்கும், ராமாயணத்துக்கும் என்ன தொடர்பு இருக்க முடியும்?

''கேளுவே. அனுமாரு லங்கைலப் போயி சீதையத் தேடி கண்டுபிடிக்காரு. அவ ஒரு மோதிரங்கணக்கா என்னமோ ஒன்னு, பேர் வரமாட்டேக்கி, சூடாமணியா? அதக் கொடுத்து விடுதா. இங்கிட்டு வந்தவன் ராமருகிட்டப் போறான். இனிமேத்தான் கதயே இருக்கு''

''லே, தூக்கம் வருது. இங்கனயே கிட, என்னா? வாந்தி வச்சிறாதே. தா✱✱ளி, அப்புறம் நீதான் அள்ளிப்போட்டு கழுவிவிடணும், சொல்லிட்டேன்'' என்றார் இசக்கி, கட்டிலில் காலை நீட்டியபடி அமர்ந்து.

அவன் என்னைப் பார்த்தான். குழறியபடியே தொடர்ந்தான்.

''ராமருகிட்ட வந்துட்டு அனுமாரு, அவர் கால்லல்ல நேரால்லா விழணும்? அங்கன விழலையாம். திரும்பி நின்னு , இலங்கை இருக்கற பக்கமா விழுந்து விழுந்து எளுந்திரிக்கான் பாத்துக்க. மத்தவங்க எல்லாம் அதிர்ந்து போயிட்டாவ. இவன் என்னா, ராமனை விட்டுட்டு எங்கனயோ விழுதானே?ன்னு. ராமனுக்குப் புரிஞ்சுபோச்சி. சிரிக்காரு. 'லே, இவன் கரெக்ட்டா சீதையப் பாத்துட்டு வந்திருக்கான்'ங்காரு''

''அதெப்படி?'' என்றார் இசக்கி கதை கேட்கும் ஆர்வத்தில்.

''அதாக்கும் சீக்ரெட்டு. முதல்ல நாம கும்புட வேண்டியது தாயாரைத்தான். அதான் சீவில்லிபுத்தூர்ல ஆண்டாள்தான் முக்கியம். கேட்டியளா? அவ , நம்மளப்பத்தி பெருமாள்கிட்ட ''இந்தாரும், இந்தப்பய மோசம்தான். ஆனா திருந்தி வந்திட்டான். சும்மா சொணங்காதயும், அனுப்பி வைக்கேன். ஏத்துகிடும், என்னா?''ன்னு சொல்லி வப்பாளாம். நாம, பம்மி பயந்து பெருமாளே, யப்பான்னு போகறச்சே அவரு '' சே..ரி.. வால''ன்னு அன்பா ஏத்துகிடுவாராம்.''

''ஒனக்கு இது யார்ல சொன்னது?''

''அதாம் சொன்னேம்லா? இது ஒரு கம்பன் பாட்டுன்னு சீவில்லிபுத்தூர்ல ஒரு சாமி சொல்லிட்டிருந்தாப்பல. நான் தெருவுல நின்னிட்டிருந்தேன். அங்கன காதுல விழுந்துச்சி. இப்ப ஒம்ம கதையவே பாரும். அண்ணி பாத்து பைசா அனுப்பலேன்னா, இன்னும் அஞ்சு வருசத்துக்கு தாரன், தாரன்னு சொல்லிட்டிருப்பீரு''

''தா✱✱ளி , இந்தக் கம்பன் பெரிய ஆளுதான் என்னா?'' என்றார் இசக்கி, கால்களை நீட்டி, ஆட்டியபடி.

எனது நினைவுகள் அந்தப் பாடலைத் தேடின.

"எய்தினன் அனுமனும்; எய்தி ஏந்தல்தன்
மொய்கழல் தொழுதிலன்; முளரி நீக்கிய
தையலை நோக்கிய தலையன் கையினன்
வையகந் தழீஇநெடி திறைஞ்சி வைகினான்"

- சுந்தரகாண்டம்

"சரி, எத்தன மணிக்கு நாளைக்கு வரணும்?" என்றேன் பொதுவில்.

இசக்கியிடமிருந்து குறட்டைதான் வந்தது. கோவிந்த ராஜு, கட்டிலின் மறுபுறம் நீட்டிப் படுத்தான். அவன் ஏதோ முணுமுணுத்தது கேட்கவில்லை. கேட்கும் நிலையிலும் நான் இல்லை.

அவர்கள் இருவருக்கும் ஒரு போதை, எனக்குள் மற்றொரு போதை.

வெளியே வந்தேன். மேகங்கள் விலகி நட்சத்திரங்கள் மெல்ல மினுக்கின. எத்தனை முறை இப்பாடலைக் கேட்டிருப்பேன்? இப்படியொரு யதார்த்தப் பார்வையில் பார்த்ததில்லை.

சிறிதாகத் தெரிகின்ற நட்சத்திரங்கள், அருகிலிருக்கும் நிலவை விடப் பெரியன.

4

கருப்பி என்ற தேங்காத்துருத்தி

ஞாயிறு காலை 6 மணி என்பது நடுநிசி என்றுதான் என் அகராதியில் பொருள். அந்த நேரத்தில் தொலைபேசி அடிக்கவும், தூக்கக் கலக்கத்தில் குழறினேன். ''அல்லோ''

''லே, இன்னுமா எந்திக்கல? ஒரு விசயம் சொல்லணும்டே'' சிவகுமாரின் குரல் உறக்கத்தைக் கலைத்தும் கலைக்காமலுமான ஒரு நிலையில் வைத்திருக்க, அடுத்த வாரம் அவன் மும்பை வரப்போகும் சேதியைச் சொன்னான். பேசி முடிக்கும்போது ''தெரியுமாடே, தேங்காத்துருத்தி ஆச்சி போயிட்டு'' என்றான்.

''யாரு?'' எனக்கு ஒரு நிமிடம் புரியவில்லை. அவனது மவுனத்தில் ஒரு கோபம் எழுந்து வருவதை மெல்ல உணர்ந்தேன். மங்கலாகத் தோன்றிய நினைவில் கருப்பி ஆச்சி கண்ணில் பட்டாள்.

''யாரு?கருப்பி ஆச்சியா?'' என்றேன், சோம்பல் முறித்தவாறே.

''ஆமா, ஒரு மாசமாச்சி. ஞாபகமிருக்கா? சொர்ணா கல்யாணத்துக்கு ஒரு நாள் முன்னாடிதான் அவங்க அறுவது நடந்துச்சு. நீ இருந்தேல்லா?''

புதுத் தெருவிலிருந்து வடக்குத் தெரு திரும்பும் இடத்தில் பெரிசாக 'காந்திமதியம்மன் ஜெனரல் ஸ்டோர்ஸ்'' என்று போர்டு போட்டிருக்கும் தணிகாசலம் கடையில் 'கணக்கு நோட்டு வேணும்ணாச்சி. ரெஜினா டீச்சர் திட்டுவாங்க'' என்று இரவு எட்டுமணிக்கு நினைவுக்கு வந்து பதட்டத்துடன் சொன்னாலும் , '' சோவாறிப் பயலே. இப்பத்தான் கேக்கணும்னு நனவு வந்துச்சாங்கும்? பள்ளிக்கூடத்துல எங்கல வாய்ப் பாத்துக்கிட்டிருக்கீய?''

என்று உரிமையுடன் திட்டியபடியே கணக்கு நோட்டை எடுத்துத் தருவார். 5 பைசாவுக்கு, 10 பைசாவுக்கு என்று , நீல மையினை அடர்வு மாற்றி, வாங்குபவனின் பண நிலைக்கு ஏற்ப பவுண்டன் பேனாவில் நிரப்பிக் கொடுப்பார். மை நிரப்புவதும், கோடு போட்ட, போடாத நோட்டு கொடுப்பதும் மட்டும்தான் அவரது வேலை என்று வெகுநாள் நினைத்திருந்தேன்.

ஒரு நெடிய பனைமரம் போலிருப்பார் தணிகாசலம். கருகருவென அவர் கால்கள் முட்டியிலிருந்து கீழே தெரிய, வெள்ளை வெளேரென்று வேட்டியை மடித்துக் கட்டியபடி அவர் நிமிர்ந்து நடப்பதைப் பார்க்கும்போது, ''அண்ணாச்சி மாதிரி இருக்கணும்'' என்பேன் தையற்கடை ஆறுமுகத்திடம்.

''போல'' என்பார் அவர் சிரித்தபடியே.''இவம் மாரி இருந்தா குடும்பம் வெளங்கும். கல்யாணங் கட்டிட்டும் இன்னிக்கும் ப்ரம்மச்சாரி. நாலு கழுத வயசாயிட்டு'' அப்போது புரியாதது, கல்லூரி பஸ்ஸுக்குக் காத்திருக்கையில் , ஆறுமுகம் சொல்லச்சொல்லப் புரிந்தது.

தணிகாசலத்தின் முறைப்பெண் மீனாட்சி , கருப்பாக, குண்டாக இருப்பாள். அத்தோடு முன்னால் தெற்றுப்பற்கள் மூன்று மஞ்சளாகப் பெரிதாகத் தெரியும். கொஞ்சம் அப்பாவியான மீனாட்சி, வாயைத் திறந்தாலே மற்றவர்கள் சிரிக்கத் தொடங்கிவிடுவார்கள். அவளைக் கருப்பி என்றும் தேங்காத்துருத்தி என்றுமே அழைத்துப் பழக்கம்.

ஊர் அவளது அப்பாவித்தனத்தை, மந்த புத்தி என்றும், பைத்தியம் என்றும் பேரிட்டு வைத்தது. சொத்து போய்விடக்கூடாது என்பதற்காகவும் '' என் பொண்ண நீதான் வாக்கப்படுத்தணும்லே தம்பீ'' என்று அவள் அம்மா கதறியதாலும், தணிகாசலம் அவளைத் திருமணம் செய்து கொண்டார். அதன்பின் என்ன நடந்தது என்பது ஊரில் அவரவர் வாய்ப்படி பேசப்பட்ட கதைகள்.

அடுத்த மாதமே, அவளைத் தாய்வீட்டில் கொண்டு போய் விட்டுவிட்டு. ''இவளோட குடும்பம் நடத்த எனக்கு ஒப்பு இல்ல.

பெரியவக மன்னிக்கோணும்'' என்றாராம் தலையில் கைகூப்பியபடி. குடும்பத்தில் பெரிய ஆண்கள் தனியாக அவரை விசாரித்தபோது ''சொல்லக் கூசுது. அவ ஒடம்புல ஒரு நாத்தமடிக்கி. கவுச்ச மீன் வாடை. தோலு, மீன்செதிலு கணக்கா சொரசொரன்னு. மீனான்னு கூப்பிடறப்போ, மீனுதான் நெனவுக்கு வருது. என்னத்தச் சொல்ல? விசயம் இன்னும் நடக்கல'' என்றாராம்.

பெரியவர்கள் கூடிப் பேசிய பின், சொக்கலிங்கம் தாத்தா ''மீனாட்சியின் தங்கை சுந்தரியை அவருக்குக் கட்டிக் கொடுத்துடணும். ரெண்டு பெண்களையும் தணிகாசலம் காலம் முழுக்க வச்சுக் காப்பாத்தணும்'' என்பதாக ஒரு தீர்ப்பைச் சொன்னார். தணிகாசலம் ஒத்துக்கொள்ளவில்லை.

''லே,நீ என்னா இப்படி கொதிக்க? சுந்தரிக்கு என்னா கேடு? நம்ம சாதியில ரெண்டு கட்டறது பழக்கம்தான்டே. வச்சுக்கவா சொல்லுதேன்? கட்டுன்னுதான சொல்லுதேன்?''

''பெரியவக மன்னிக்கோணும்'' தரையில் நெடுஞ்சாண்கிடையாக விழுந்தாராம் தணிகாசலம். ''இவளக் கட்டினபொறவு இன்னொரு கட்டு எனக்கில்ல. என்ன, இவகூட வாழ மனசு ஒப்பமாட்டேங்கு. மாசாமாசம் இவளுக்கு ஒரு தொகை கட்டிப் போடுதேன்'' அன்று அக்கா வீட்டிலிருந்து வெளியேறியவர், எத்தனையோ பெண்களின் வலைவீச்சுக்கும், குடும்ப வற்புறுத்தலுக்கும் மசியாமல் வாழ்ந்து கொண்டிருந்தார்.

''இதென்ன வாழ்க்கையாடே? கட்டினா, அவகூடக் கிடக்க வேண்டியதுதானே? லைட்டை அணைச்சிட்டா, கருப்பென்னா, வெளுப்பென்னா?'' ஆறுமுகத்தின் சில தருக்கங்களை உதாசீனப் படுத்த முடியாது என்றாலும், ஏற்றுக் கொள்ளவும் முடியாது.

ஆயிற்று. இருவத்து எட்டு வருடங்கள் கடந்து விட்டன. ஊர்ப்பக்கம் அடிக்கடி போக்கு இல்லை என்றாலும், எப்போவாவது தணிகாசலத்தை அவர் கடையில் தூரத்திலிருந்து பார்க்க நேரிடும். வயது ஏறிய ஒரு உறுதியான பனைமரம் மெல்ல மெல்லத் தளர்வதைப் பார்க்க என்னவோ போலிருக்கும்.

இரு வருடங்கள் முன்பு, சிவகுமாரின் தங்கையின் கல்யாணத்திற்குப் போயிருந்தேன். அடுத்த நாள் திருமணம் என்பதால், மாலையில் சாவி தருவதாக மண்டபத்தில் சொல்லியிருந்தார்கள். சில சாமான்களைக் கொண்டு வைப்பதற்காக மதியமே நானும் சிவகுமாரும் போயிருந்தோம்.

"அறுவது ஒண்ணு இன்னிக்கு காலேல முடிஞ்சிட்டு. இப்ப கிளம்பிருவாங்க. இரிங்க" என்றார் மண்டப ஆபீஸர்.

"யாருக்கு அறுவதாங் கல்யாணம்?" என்றான் சிவகுமார். மண்டபம் கிட்டத்தட்ட காலியாயிருக்க, நாற்காலிகள் வரிசையின்றி கலைந்து கிடந்தன. அங்கங்கே சிலர் கூட்டமாக அமர்ந்து வதந்தி பேசிக் கொண்டிருக்க, ஒரு மூலையில் கலகலவென ஒலி. சில வயதான பெண்களும், அவர்களின் நடுவே இரு நாற்காலிகளில் மாலையும் கழுத்துமாக இரு வயோதிகர்கள்.

"லே மக்கா, அது தணிகாசலம் அண்ணாச்சில்லா?" என்றேன் வியப்போடு.

அவர்களின் பின்புறமாகத் தாண்டி ஸ்டோர்ஸ் செல்ல வேண்டியிருந்ததால், அவர்கள் பேசுவது தெளிவாகக் கேட்டது.

"அக்காங். ரெண்டு மாசம் அண்ணாச்சி ஆசுபத்திரியில கெடந்தப்ப, கருப்பிதான வந்து எல்லாஞ் செஞ்சா? அவளுக்கு நீரு, ஒரு பவுனு போட்டா என்னவாம்?" ஒரு கிழவி சீண்ட, தணிகாசலம் நெகிழ்ந்திருந்தார்.

"ஆமாட்டி கருப்பி, நீ வரலன்னா பக்கவாதத்துல புழுத்தேல்லா அங்கிட்டு செத்திருப்பேன்? கொஞ்சமும் சுளிக்காம மலம், மூத்திரம் அள்ளிப் போட்டியேடி? ஒனக்கு நான் என்ன செஞ்சிருக்கேன்?"

"ஏட்டி கருப்பி, இதான் நேரம் கேளு, ஒனக்கு என்னா வேணும்னு சட்டுன்னு சொல்லிப்போடு" எவளோ கூட்டத்தில் சொல்ல, "ஆமா, ஒரு புள்ள வேணும்னு கேளு" என்றாள் இன்னொருத்தி. கூட்டம் கலகலவெனச் சிரித்தது.

நான் சுற்றி வந்திருந்தேன். மீனாட்சி என்ற கருப்பி என்ற தேங்காத்துருத்தி எனக்கு வலப்பக்கம் வெகு அருகில் தெரிந்தாள். அவளது கரிய முகத்தில், கண்களின் ஓரம் கண்ணீர் பளபளத்தது.

''என்னாத்த பெரிசாக் கேட்டுறப் போறன்? அன்னிக்கு எங்காத்தா வூட்டுல வுட்டுட்டுப் போறப்போ ஒரு வார்த்த சொன்னீய. 'இவளக் கட்டுனபொறவு எனக்கு வேற கட்டு இல்ல'ன்னு. ஒம்ம மனசுல நான் இல்லாட்டி இந்த வார்த்த வந்திருக்குமா? என் மனசுல நீரு இருந்தீரு, எப்பவும்'' ஒரு சங்கடமான மவுனம் நிலவியது.

தொடர்ந்தாள் கருப்பி. ''மலம் மூத்திரம் அள்ளிப்போட்டன்னு சொல்லுதீயளே? வயித்துல சொமந்த புள்ளைக்குக் கூடத்தான் ஒருத்தி குண்டி தொடைக்கா. மனசுல சொமந்த ஆளுக்கு செஞ்சா என்னா? அடுத்த சென்மம்னு இருந்தா, நீரு எம் புருசனாயிருக்கணும். நான் ஒம்ம நெனப்புல இப்ப மாரியே எப்பவும் இருக்கணும். அதான் வேணும்''

''கருப்பி'' என்றார் தணிகாசலம் கண்களைத் துடைத்தபடி.

நானும் சிவகுமாரும் ஒருவரையொருவர் பார்த்துக் கொண்டோம். அது பற்றி இருவரும் ஒன்றும் பேசவில்லை.

''லே மக்கா, லைன்ல இருக்கியா?'' சிவகுமாரின் குரலில் நனவில் மீண்டேன்.

''ஆங் இருக்கேன். இப்ப தணிகாசலம் அண்ணாச்சி எங்க இருக்காரு?''

''அவரு பைத்தியமாயிட்டாரு. ஒரு பஸ்ல ஏதோவொரு பொம்பளையப் பாத்துட்டு ஓடிப்போயி, 'கருப்பி, கருப்பின்னு பொலம்பி, வேட்டி அவுந்தது கூடத் தெரியாம பஸ் முன்னாடி போய் நின்னு... ஊர்க்காரங்க அவரைப் பைத்தியக்கார ஆஸ்பத்திரியில சேத்திருக்காங்களாம்'' அதன்பின் அவன் பேசியது என் நினைவில் இல்லை.

''அணிற்பல் அன்ன கொங்குமுதிர் முண்டகத்து

மணிக்கேழ் அன்னம் மாநீர்ச் சேர்ப்ப!

இம்மை மாறி மறுமையாகினும்,

நீயே ஆகியர் என் கணவனை

நானே ஆகியர் நின் நெஞ்சு நேர்பவளே!''

''அணில் பல் போன்ற கூரான முட்களை உடைய செடியில் கார் அன்னப் பறவைகள் கூடு கட்டுகின்ற வளமையான நெய்தல் நாட்டை உடையவனே! இப்பிறப்பு போய் மறுபிறப்பு வருமானாலும், நீயே என் கணவனாக ஆகுக. நான் மட்டுமே உன் நெஞ்சில் இருப்பவளாக ஆகக் கடவேன்'' குறுந்தொகையில், தன்னிடம் திரும்பி வந்த தலைவனைப் பார்த்து தலைவி பாடியது இப்பாடல்.

கூடி இருந்து குழந்தைகள் பெற்றால் மட்டும்தான் இல்வாழ்வா? இல்லறம் என்பது நெஞ்சில் இருப்பது.

5

சிகப்பு இன்னோவா

சுஷ்மா என்ற பெயர் சொன்னால், நீங்கள் அவள் ஏதோ கால் செண்ட்டரில், ஏதோ பன்னாட்டு நிறுவனத்தின் மேனேஜ்மெண்ட் ட்ரெய்னீ அல்லது ஃபிலிம் ஸிட்டியில் ஒரு துணை நடிகை என்ற அளவிலாவது எதிர்பார்த்திருப்பீர்கள்.

சுஷ்மா எங்கள் குடியிருப்புப் பகுதியில் ஒரு வீட்டுப் பணியாளர். வட பிஹாரில் ஏதோவொரு கிராமத்தில் கோசி நதி வெள்ளத்தில் வாழ்வாதாரம் அடித்துச் செல்லப்பட, மஹாநகர் மும்பைக்கு வந்து தனக்குத் தெரிந்த ரொட்டி , சப்ஜி செய்வது, வீட்டைப் பெருக்கி மொழுகுவது என்று உபரி வேலைகளைச் செய்து வயிற்றைக் கழுவி, தாக்கரேக்களின் கோபத்திற்கு ஆளாகியிருக்கும் வடநாட்டு முகமற்ற அகதிகளில் ஒருத்தி.

பிஹாரி உச்சரிப்பில் 'நமக்' (உப்பு) என்பதற்கு நிம்பாக்கு என்று சொல்வதில் ஆரம்பித்து, அனைத்திற்கும் ஏதோவொரு புதுப்பெயர் சூட்டினாள். இரண்டு வீடுகளில் வேலையை ஆரம்பித்து மெள்ள மெள்ள ஐந்து ஆறு வீடுகளில் அமர்ந்தாள். இடுப்பில் பல வீடுகளின் சாவிகள் தொங்க, அவள் ‘கிலுங்க் கிலுங்க்’ என்ற ஒலியோடு சப்பாத்தி இடுவது ஏதோ மாட்டுவண்டியில் இரட்டை மாடுகள் ஒலியெழுப்பி ஓடுவது போலிருக்கும்.

வந்து சேர்ந்த ஆறுமாதத்தில் மற்றொரு பெண்ணை அழைத்து வந்தாள். பதினாறு பதினேழு வயதிருக்கும். கருத்த , சற்றே குண்டான உடல்வாகு. மிரண்ட கண்களுடன் அவள் அப்போதுதான் பிடித்து அடைக்கப்பட்ட கரடி போல் பயந்திருந்தாள். ''பைட் ரே பேட்டியா'' என்று அவளை ஹாலில்

அமர வைத்துவிட்டு, உள்ளே சப்பாத்திக்கு மாவு பிசையச் சென்றவள் வேலை முடிந்ததும் ஒன்றும் சொல்லாமல் அழைத்துச் சென்றாள்.

''அது அவளது இரண்டாவது பெண்ணாம்'' என்றார் 304லில் இருக்கும் பாஸ்கர் ராவ். ''கொஞ்சம் கொஞ்சமாக வேலைகளைப் பழக்கிக் கொடுக்கப் பார்க்கிறாள். 'சிறுமிகளை வேலை வாங்காதே. செஞ்சே, நானே போலீஸ்ல சொல்லிடுவேன்னு என் மனைவி சொல்லி விட்டாள்' அதுலேந்து வர்றதில்லை. படிக்க வைக்காதுகள் இதுகள்''

அந்தப் பெண் , சுஷ்மா வராத நாட்களில் வந்து வீட்டு வேலை செய்து போனாள். சிறுமி என்பதால் பாவமாக இருந்தது. எங்கள் ஓரிருவர் வீடுகள் தவிர பிறர் ' வேலை நடந்தால் போதும்' என்று விட்டுவிட்டனர். மராட்டி வேலைக்காரிகள் சுஷ்மாவின் வளர்ச்சியில் கொதித்தனர்.

ஒருமாத முன்பு திடீரென சுஷ்மா வரவில்லை. வீடுகளில் ரெண்டு வேளை பாத்திரங்கள் அப்படியப்படியே கிடந்து நாறின. வீட்டு எஜமானிகள் போனிலும், கீழே பார்க் பெஞ்சுகளிலும் ஆத்திரத்தோடு அவள் சொல்லாமல் கொள்ளாமல் போனதைக் கடுமையாக விமர்சித்து, அரைப்பதற்கு அடுத்த அவல் வந்ததும் சுஷ்மாவை மறந்தனர். 'பையாணிகளை (பிஹார், உ.பி, பெண்களை) வேலைக்கு அமர்த்தினால் இப்படித்தான்' என்று சில தீவிர மராட்டியர்கள் சொசைய்ட்டி மீட்டிங்கில் பேச, புதிய மராட்டிய வேலைக்காரிகள் அமர்த்தப் பட்டனர். சுஷ்மா மறைந்து போனாள்.

ஒரு வாரம் முன்பு பெங்களூர் நிம்ஹான்ஸ் மனநல மருத்துவமனையில் ஒரு கருவியின் டெக்னிகல் மீட்டிங்கிற்காக நானும் என் தென்னிந்திய பிராந்திய கிளை மேலாளரும் போயிருந்தோம். வேலையை முடித்துக் கொண்டு காருக்குக் காத்திருக்கும் வேளையில் மரத்தடியில் ஒரு பெண்ணின் கீச்சுக்குரல் பிசிறியடித்தது. அதைத் தொடர்ந்து மற்றொரு பெண்ணின் கோபக் குரலும், யாரோ கையால் அடிக்கும் ஒலியும் கேட்டது. வேடிக்கை பார்க்க மெதுவே கூடிய கூட்டம், காவலாளி விலக்க, அசட்டுச் சிரிப்புடன் கலைய, அசுவாரஸ்யமாகத் திரும்பிப் பார்த்தேன்.

தலையைச் சுற்றிப் புடவையால் முட்டாக்கு அணிந்தவாறு சுஷ்மா நின்றிருந்தாள். அருகில் குந்தி அமர்ந்திருந்த ஒரு பெண்ணைக் கையால் முதுகில் கோபத்தில் அறைந்து கொண்டிருந்தாள். ''சனியனே. செத்துப் போயிருக்க வேண்டியதுதானே? என்னையும் சேத்துக் கொல்லு''

சுஷ்மா என்று நாலுமுறை அழைத்தபின்னரே அவள் திரும்பிப் பார்த்தாள் ''சாஹீப்'' என்றவள் கை கூப்பினாள். '' மாஃப் கரியே'' காலில் விழப்போனவளை நிறுத்தினேன். ''மேரி பேட்டிக்கோ தேக்கியே சாஹப்'' (என் பெண்ணைப் பாருங்கள்) என்று அழ ஆரம்பித்தவளை நிச்சலனமாக அண்ணாந்து வெறித்த அந்தப் பெண்ணை எளிதில் அடையாளம் கண்டு கொண்டேன்.

''இவள்... உன் பெண்தானே?''

''இவளுக்குக் கல்யாணம் பேசி முடிச்சிருந்தோம். கட்டிக்கப் போறவன், டெல்லியில கட்டிடம் கட்டற ஒரு கம்பெனியில இருந்தான். இவகிட்ட அடிக்கடி போன்ல பேசியிருக்கான். இதெல்லாம் கூடாதுன்னு எச்சரிச்சு வச்சேன். இவளும், சரி கட்டிக்கப் போறவந்தானேன்னு, எனக்குத் தெரியாம நிறைய தடவப் பேசியிருக்கா. ஒரு மாசம் முன்னாடி, டெல்லியில பையனோட பாட்டி பொண்ணைப் பாக்கணும்கறான்னு, இவளை டெல்லி கூட்டிட்டுப் போனேன்'' ஒரு நிமிடம் நிறுத்தினாள். அவளது பெண் மெல்ல முணுமுணுத்தாள் ''கலியாணம் முடிஞ்சாச்சு. அந்த இன்னோவா வண்டி சாட்சி. வண்டியில ஏ.ஸி. இருந்துச்சு''

''என்ன சொல்கிறாள்?''

சுஷ்மா பெருமூச்சுடன் தொடர்ந்தாள் ''கலியாணத்துக்கு ட்ரெஸ் எடுக்க காஃபர் கான் மார்க்கெட்டுக்குப் போயிருந்தோம். அங்க குஜ்ரால் ஸன்ஸ் கடைப் பக்கம் மாப்பிள்ளைப் பையனும், அவங்கூட மாமா மகன், சித்தப்பா பையன், நண்பன்னு மூணுபேரும் சந்திச்சாங்க. இவள வெளிய அவங்கிட்ட பேசவிட்டுட்டு, நான் ஒரு கடையில துணி பாத்திட்டுருந்தேன். மாப்பிள்ள, இவகிட்ட வெளியே பேசிட்டிருந்தது கேட்டுச்சு. கேக்காத மாதிரி உள்ளே புடவை பாத்திட்டிருந்தேன்.

''எங்கூட வர்ரியா ? உனக்கு நான் ஒரு புடவ எடுத்துத் தர்றேன்''

''அய்யோ, அம்மா இருக்காங்க''

''பத்தே நிமிசந்தான். மெட்ரோ ஸ்டேஷனுக்குப் பக்கத்துலதான் இருக்கு''

''நஹிஜி. நான் வரலை. கல்யாணம் ஆனப்புறம்தான்''

''சரி கல்யாணம் பண்ணிடுவோம்''

''ஆ?''

''நிஜமாத்தான்''

ஒரு நிமிஷம் புடவை பாக்கறதுல லயிச்சிட்டேன். திரும்பிப் பாக்கறேன். இவளக் காணோம்''

சுஷ்மா சற்றே மவுனித்தாள். அந்தப் பெண் மரத்தடியில் இருந்த புல்லைப் பிடுங்கித் தூக்கிப் போட்டபடியே பேசினாள் '' மந்திர்ல சிந்தூர் எடுத்தியே? நெத்தியில குங்குமம் வச்சு நமக்குக் கல்யாணம் இப்ப ஆயிட்டுன்னு சொன்னியே?''

சுஷ்மா தொடர்ந்தாள் ''அப்புறம், ஒரு புடவையையும் வாங்கிக் கொடுத்துட்டு கல்யாணம் முடிஞ்சாச்சு. சாட்சிக்கு என் அண்ணன், தம்பி, நண்பனெல்லாம் இருக்காங்க பாரு. இப்ப உங்கம்மா இருக்கற கடைக்குப் போவோம்ன்னு சொல்லியிருக்கான்''

''மெட்ரோ, ஆங், கரோல்பாக் மெட்ரோ ஸ்டேஷன்தான்.. அது தாண்டி, சிகப்பு கலர் இன்னோவா வண்டில ஏறினோமே? மறந்துடுச்சா?'' அந்தப் பெண் மீண்டும் திடீரெனப் பேசவும் சற்றே திடுக்கிட்டேன்.

''இவளும் அவனும் ஏறினதும் வண்டிய எங்கயோ கொண்டு போயிருக்காங்க. ஓடற வண்டியில இவள...'' சுஷ்மா முடிக்க முடியாமல் திணறினாள்.

''இன்னோவா நின்னிட்டிருந்துதே? கல்யாணம் முடிஞ்சு போச்சு. அம்மாகிட்ட போவோம். ஏய், ஏன் தொடற? நீயும் ஏண்டா தொடறே? ஏய். நான் கத்துவேன். சில்லாவுங்கீ..ஈஈஈஈ''

"கடையில இவளைக் காணாமத் தேடி, எங்க வீட்டுக்கு, அவங்க வீட்டுக்குன்னு போன் மேல போன் பண்ணி, ஆட்கள் டெல்லி முழுக்கத் தேடித்தேடி, குர்கான்வ் தாண்டி, மனேசர் போற வழியில ரோடு ஓரமா இவ கிடந்ததை ராத்திரி எட்டு மணிக்குக் கண்டு பிடிச்சோம். சஃப்தர்ஜங் ஆஸ்பத்திரி அதுஇதுன்னு அலைஞ்சு ஒருவழியா இவ கண்ணு தொறந்தப்போதான் இவளுக்கு சித்தம் கலங்கியிருக்கறது தெரிஞ்சுது.

மாப்பிள்ளப் பையன், இந்த விஷயம் வெளிய தெரிஞ்சா மானக்கேடு-ன்னு 'நான் செய்யலே'ன்னு சொல்லிட்டான். அவங்க வீட்டுலயும் 'உங்க பொண்ணு எவன்கூடயோ ஓடிப்போனதுக்கு என் வீட்டுப் பையனச் சொல்லாதீங்க'ன்னு சண்டைக்கு வந்தாங்க. இவ இப்படி உளர்றதைத் தவிர, அவந்தான் இவளைக் கெடுத்தான்னு நிரூபிக்க ஒரு ஆதாரமும் இல்லே. நிம்மான்ஸ்க்கு வந்து பாத்தா ஏதாவது தெரியுமான்னு பாக்கறோம். நாளைக்கு வரச் சொல்லியிருக்காரு பெரிய டாக்டர்"

"அவன் மாமா மகன், சித்தப்பா மகன்... அந்த இன்னோவா? அதெல்லாம் சாட்சியா பிடிக்கலாமே? போலீஸ்ல சொன்னியா?"

"அவங்க எல்லாரும் நாங்க யாரும் இவன்கூட அங்க வரவேயில்லங்கறாங்க. அதுக்கு பொய்யா சில ஆதாரங்களும் வச்சிருக்காங்க. அவங்க ஆட்கள் விட்டுக் கொடுக்க மாட்டாங்க. அந்த சிவப்பு இன்னோவா... அது பொய் சொல்லாது சாஹேப்... அது கிடைக்கணுமே சாஹிப்?"

"கலியாணம் முடிஞ்சாச்சு. அந்த சிகப்பு இன்னோவா வண்டி சாட்சி" அந்தப் பெண் மீண்டும் சொன்னாள்.

அழுதவாறே சுஷ்மா, 'எழுந்திரு'' என்று ஜடமாக அமர்ந்திருந்த அவளை எழுப்பி நடத்திச் செல்வதை சில நிமிடம் பார்த்து நின்றேன்.

பல நூறு வருடங்களுக்கு முன், தன்னை மணமுடிப்பதாக ஏமாற்றிய ஒருவனைக் குறித்து ஒருத்தி திகைப்பில் பாடுகிறாள்.

"யாரும் இல்லை, தானே கள்வன்:
தான் அது பொய்ப்பின், யான் எவன் செய்கோ?
தினைத்தாள் அன்ன சிறுபசுங்கால
ஒழுகுநீர் ஆரல் பார்க்கும்
குருகும் உண்டு, தான் மணந்த ஞான்றே?"

- குறுந்தொகை

"என்னை ஏமாற்றியது நீயன்றி வேறொருவரில்லை. திருமணம் செய்து கொள்வதாகச் சொன்ன உனது வார்த்தைகளை நீயே பொய்த்தால், நான் என்ன செய்வேன்? யாருமற்ற பொழுதில், நீ என்னைத் திருமணம் புரிந்த போது, தினைப்பயிரின் மெல்லிய இலை போன்ற மெலிந்த பசுமையான கால்களை உடைய நாரை ஒன்று ஓடிக்கொண்டிருந்த நீரில், ஆரல் மீன்களை உண்ணக் காத்திருந்ததே, அதுவே சாட்சி"

அஃறிணை உயிரினங்களும், ஜடப் பொருட்களும் பொய் சொல்வதில்லை. ஆனால் அவை பேசுவதேயில்லை.

6
சொர்ணமுத்துக்குமாரி

"ஸாரி சார்"

திருநெல்வேலி பேருந்து நிலையம் அருகே பிரபலமான அல்வாக்கடை வாசலில் 'நூறு அல்வா, திங்க, காக்கிலோ பார்ஸல்' என்ற குரல்களுக்கு இடையே., வாழையிலையில் வழுக்கிக் கொண்டிருந்த அல்வாத் துண்டை வாயிலிட்டு, கையில் பளபளத்த நெய்யை 'பச்சக்' என என் முன்கைகளில் இடமாற்றிவிட்டு, இளித்த ஆளை எரிச்சலுடன் திரும்பிப் பார்த்தேன்.

"கூட்டம் தள்ளிட்டு... கேட்டியளா.வேணும்னு செய்யலே" என்றார் மேலும் சாய்ந்தவாறே. சட்டென விலகி, வெளிவந்து, கையை ஒரு துண்டுப் பேப்பரால் துடைத்துக் கொண்டிருக்கையிலே அவள் கண்ணில் பட்டாள்.

"நீங்க சொர்ணமுத்துக்குமாரிதானே?" அவள் திகைத்துப் போய்த் திரும்பினாள். முகம் அறிந்ததும், வியப்பில் கையிலிருந்த பிக் ஷாப்பர் பைகளைத் 'தொப்' என்று கீழே வைத்துவிட்டு "எய்யா, யாரைப் பாக்கேன்? நல்லாருக்கியாலே?" என்றாள். கூட்டம் நெருக்க, நான் பைகளை எடுத்துக் கொள்ள, அல்வாக் கடையின் அடுத்திருந்தும் ஒரு மனிதனும் தவறிப் போய்க்கூட நுழைந்துவிடாத சைவ சித்தாந்த நூல் பதிப்புக் கழகத்தின் புத்தக விற்பனைக் கடை வாசலில் தள்ளி நின்றோம்.

சொர்ணா என்னோடு பள்ளியில் படித்தவள். முதல் ராங்க் எடுப்பதிலிருந்து, பேச்சுப்போட்டி வரை, அவள்தான் அனைத்திலும் வருவாள். ஏழாம் வகுப்பிலிருந்து பெண்கள் வேறு வகுப்பில் வைக்கப்பட்டனர். அப்போதுதான் என் வகுப்பிலிருந்து அவள் பிரிந்தாள்.

"லே, முப்பது வருசமிருக்குமா பாத்து? எங்கிட்டிருக்கே?" என்றாள் வியப்பு அடங்காமல். RMKV என்று பெரும் கடைகளைப் பைகள்

பறைசாற்றினாலும், அவள் கழுத்திலிருந்த அழுக்கேறிய மஞ்சள் கொடியும், ஓரிரு கண்ணாடி வளையல்களும், அவள் நிதி நிலையைப் பறைசாற்றின. ''அக்கா மவ முடியிறக்கம், அதான் ஊருக்கு வந்திருக்கேன், சொர்ணா. பம்பாயில இருக்கேன். நீ எப்படியிருக்கே?''

''எனக்கென்னா? இருக்கேன். அவுக கடை வச்சு நசிச்சுப் போச்சி. இப்ப பெங்களூரு பக்கம் ஏதோ வீட்டு வளாகத்துல செக்யூரிட்டியா இருக்காக. சரி, ஓம்பொஞ்சாதி எங்க? காங்கலயே? வரலியோ?''

''வீட்டுல இருக்கா. நான் இங்கிட்டு பாளயங்கோட்டை வரப் போயிட்டு இப்பத்தான் வாறன். தூத்துக்குடி பஸ் இங்கிட்டு நிக்கும்லா? '' கேட்டதில் அவள் முகம் சட்டென மாறியது.

''பாளையில யாரு இருக்காங்க ஒனக்கு?''

''அங்கிட்டு ஒரு ஆளை'' பேர் தவிர்த்தேன். ''அத விடு. நீ பாளைலதான இருந்தே? இப்பவும் அங்கிட்டுத்தானா? வாய்க்காப் பக்கமால்லா முந்தி ஒங்க வீடு இருந்திச்சி, என்ன?''

''இப்பம் ஊசிகோபுரம் தாண்டி உள்ளாற இருக்கம்'' என்றாள் சுரத்தில்லாமல். இவளுக்கு அவனைத் தெரிந்திருக்குமா? கேட்டுப் பார்த்துவிடுவோம் எதற்கும்.

''ஒனக்கு குமாரைத் தெரியுமா? ஊசி கோபுரத்துப் பக்கந்தான் வீடு அவிங்களுக்கு. அவ தங்கச்சி வள்ளி-ன்னு நம்ம கிளாஸுல இருந்தா. ஒனக்கு அப்பெல்லாம் பெரிய ஃப்ரெண்டுல்லா அவ?'' நினைவுபடுத்தச் சீண்டினேன். வள்ளியின் வனப்பான உடல் வாகிற்கு எட்டம் கிளாஸ் பையன்கள் ஜொள்ளு விட்டிருந்த காலம் அது. குமாரை நான் தேடுவதற்குக் காரணம் இருந்தது.

அவள் குனிந்து தன் பைகளை எடுத்துக்கொண்டு விறுவிறுவென அருகிலிருந்த ஒரு ஓட்டலுக்கு நடந்தாள். சற்றே திகைப்புடன் அவளைத் தொடர்ந்தேன்.

குமார் மும்பையில்தான் எனக்குப் பரியச்சமானான். நான் இண்டர்வியூ சென்ற காம்பெடிஷன் கம்பெனி ஒன்றில் அக்கவுண்ட்ஸில் இருந்தான்.

சந்தித்தபோது, பாளையங்கோட்டை சொந்த ஊர் என்றதில் பாசம் மிகுந்து ஊர் விசயங்களைப் பேசி நண்பனாகி விட்டான். அவன் தங்கைதான் என் வகுப்பில் படித்த வள்ளி என்பது தெரிந்ததும் எச்சரிக்கையானேன். வள்ளிக்கு தப்புத் தப்பான தமிழில் லூர்து எழுதிய காதல் கடிதத்தை, அவளது ப்ளாஸ்டிக் புத்தகக் கூடையில் வைத்தது நான்தான் என்பதும், சில்வியா டீச்சர் அதற்கு ஆரோக்கியசாமியைப் பிரம்பால் பின்னி எடுத்ததும் அவனுக்குத் தெரியாததால் நானும் சொல்லவில்லை.

திடீரென ஒரு நாள் அவன் போனில் அழைத்தான். ''அர்ஜெண்ட்டா ஊருக்குப் போணும். அம்மாக்கு சொகமில்ல. பத்தாயிரம் தரியா? ஒரு மாசத்துல திருப்பிருவேன்'' வள்ளியின் அம்மா என்ற குற்ற உணர்வால் பத்தாயிரத்தை அவனுக்குக் கொடுத்தேன். ஊருக்குப் போனவன் பல மாதங்களாகத் தொடர்பில்லை. அவன் செல்போன் இணைப்பு துண்டிக்கப்பட்டபின் அவன் ஆபீஸுக்கு நேராகச் சென்றேன். ''குமார்? அவன் ராஜினாமா பண்ணிட்டுப் போயிட்டானே? மஸ்கட் போறதாச் சொன்னான்''

பத்தாயிரம் போனதை மறந்திருந்தேன். இடையில் ஒருவன் குமார் பாளையங் கோட்டைக்குத் திரும்பியிருப்பதாகவும், அங்கு ஊசிகோபுரம் அருகே ஒரு பெரிய பங்களாவில் வசிப்பதாகவும் சொன்னதன் அடிப்படையில் இங்கு வந்து பார்த்தால் அவன் இல்லை, அலுவலக டூர் போயிருக்கிறான் என்கிறார்கள். இந்த கேணச்சி சொர்ணாவும் சொல்லாமல் எங்கோ ஓடுகிறாள்.

ஓட்டலில். ''ரெண்டு காபி. சக்கரை போடாம ஒண்ணு'' என்று ஆர்டர் கொடுத்து, வெயிட்டரை அனுப்பிவிட்டு என்னை நிமிர்ந்து பார்த்தாள். அவள் கண்கள் நிறைந்திருந்தன.

''நீ சொல்ற குமாரை எனக்கு நல்லாத் தெரியும். ஒங்கிட்ட பணம் வாங்கியிருந்தானா?''

''ஆமா'' வியப்புடன் ஏறிட்டேன்.

''மறந்திரு, கேட்டியா? நிறையப் பேருகிட்ட இப்படி பைசா வாங்கி ஏமாத்தியிருக்கான். கேட்டா, 'உன்னைப் இதுக்கு முன்னாடி பாத்ததே

இல்லே'ம்பான். அரசியல்வாதிங்க, லோக்கல் ரவுடின்னு அவனுக்கு பலம், வீச்சு ஜாஸ்தி. ஒழுங்கா ஊரு போய்ச்சேரு, வெளங்கா?''

''சொர்ணா, இதெல்லாம் உனக்கு எப்படித் தெரியும்?''

''நான் அவங்கூட சின்ன வயசுல ஓடிப் போனேன்''

திகைப்பில் வாயைத் திறந்தேன். அவள் தொடர்ந்தாள் '' கெட்ட நேரம், கெட்ட புத்திம்பாங்கள்லா? அதான். அவனோட ஒரு விடிகாலேல கிளம்பிட்டென். மும்பையில ரெண்டு மாசம் இருந்தோம். அவங்க அப்பா ஆட்கள் பிடிச்சுட்டாங்க. என்னிய எங்க வூட்ல விட்டுட்டு 'இவ இனிமே அவனப் பாத்தா... கொன்னுருவோம்''ன்னாங்க. அப்பா அந்த அதிர்ச்சியிலேயே போயிட்டாரு. '' காபி வரவே நிறுத்தினாள். வெயிட்டர் போகவும் தொடர்ந்தாள்.

''இந்த ஊர்ல ஒருத்தி ஓடிப்போனா , பொறந்த பிள்ளைக்குக் கூடத் தெரிஞ்சுபோவும். எங்க சாதியில என்னைக் கட்ட ஆளு இதுனால கிடைக்கல. கடைசியில, மிலிடரில இருந்த மாமாக்கு ரெண்டாந்தாரமா கட்டி வச்சாங்க. அவரு ஆஸ்த்துமா, குடி... என் விதின்னு வையி''

''குமார் என்ன சொன்னான்?''

''அந்த சாதிப் பொண்ணுகூடயால ஒனக்குப் போக்கு?''-ன்னு மிரட்டி, அவங்க ஜாதியிலேயே ஒரு பொண்ண கட்டி வச்சாங்க. அவகூட இருந்தா, மாமனார் பிசினெஸ பாத்துகிட்டு சொகமாயிருக்கலாம்னு அவனுக்குப் புரிஞ்சி போச்சி மாறிட்டான். இப்ப அவன் காரு, பங்களான்னு சொகமாயிருக்கான்'' காபியை அவசரமாகக் குடித்தாள்.

''எப்பவாச்சும் தெருவுல அவனப் பார்ப்பேன் பாத்துக்க. யாரோ, எவளோன்னு கண்டுக்காத மாரி போவான். இவனாலதான நான் சீரழிஞ்சேன்?ன்னு ஆத்திரமா வரும். என் பீத்தப் புத்தி. என்னைத்தான் செருப்பால அடிக்கணும்'' அவள் குரல் பொங்கியது. சிரமப்பட்டு அடக்கினாள்.

''என் நகை பத்து பவுனு, அவங்கிட்ட இருந்திச்சி. இதுவர திருப்பித் தரலை.கேக்கப் போனேன். தெருவே நார்ற மாதிரி திட்டி விரட்டினாங்க. நான் இருக்கிற நிலமை தெரியும் அவனுக்கு. தெரியாத மாதிரி நடிக்கான்.

சாதி , சமூகம் எல்லாம் அவன் கண்ண மறைச்சிட்டு. நாளைக்கே நான் செத்தேன்னா, யார் பொணமோ எரியுதுன்னு கடந்து போவான் பாத்துக்க. அதான் அவன் புத்தி. நீ போயி அவமானப்பட வேண்டாம். ஒம்பணத்த மறந்திரு''

எழுந்தாள். நான் மறுத்தும் கேளாமல், காபிக்குப் பணம் செலுத்திவிட்டு, பைகளை எடுத்துக் கொண்டு நெல்லையின் நெரிசலான தெருக்களில் காணாமல் போனாள்.

ஓட்டலின் உள்ளே உறைந்து அமர்ந்திருந்தேன். காதல் என்பது சாதி, மதங்களைக் கடந்தது என்பதெல்லாம் ஒரு மாயையோ? எத்தனை சொர்ணமுத்துக்குமாரிகள் இன்னும் இருக்கிறார்கள்? அவர்களது வெம்மூச்சுக் காற்றில் இந்தக் காதல் பற்றி எரியட்டும். எவனுக்கு வேண்டும் இந்தக் காதல்?

பல நூறுவருடங்களுக்கு முன் ஒரு சேரிப்பெண் தன்னைக் காதலித்த உயர்தட்டு வர்க்கத்தைச் சேர்ந்தவன் அலட்சியமாகத் தவிர்ப்பதைத் வெதும்பிப் போய்ச் சொல்கிறாள்.

''ஓர்ஊர் வாழ்கினும் சேரி வார்கிலாரார்

சேரி வரினும் ஆர முயங்கார்'

ஏதிலார் சுடலை போலக்

காணக் கழிப மன்னே - நாண் அட்டு

நல்லறி விழுந்த காமம்

வில்உமிண் கணியின் சென்று சேண் படவே''

-பாலை பாடிய பெருங்கடுங்கோ, குறுந்தொகை

'' என்னைக் காதலித்தவன் இதே ஊரில் வாழ்பவனாயிருந்தும் நான் வாழும் சேரிக்கு வரமாட்டான். இங்கு வந்தாலும், என்னைச் சேரமாட்டான். அயலார் சுடுகாட்டில் ஏதோ ஒரு பிணம் எரிவதைப் பார்த்துச் செல்பவருக்கு எப்படி ஒரு உணர்வும் வராதோ அதுபோல, என்னைக் கண்டு செல்கிறான். பிற பெண் செல்வத்தில் அவன் கொண்ட நல்லறிவு இழந்த வெட்கமற்ற காமம், வில்லிலிருந்து புறப்பட்ட அம்பு இலக்கைச் சேர்வதைப்போல அத்தீயவற்றையே சென்றடையட்டும்''

7
நிறக்குருடு

மழையில் இன்னும் போக்குவரத்து மெதுவாக ஊர்ந்தது. வினய் குப்தா இடது பாதம் க்ளட்ச்சில் இரண்டு மணிநேரமாக அழுத்தி அழுத்தி வீங்கிவிட்டதாக முதலில் சொன்னார். பின்னர் எரிச்சலில் அரசியல்வாதிகளைக் கெட்டவார்த்தை போட்டுத் திட்டத் தொடங்க, பேச்சை மாற்றினேன்.

"வினய், அந்த ராபர்ட்க்கு வாடகைக்கு வீடு கொடுக்க ஹவுசிங் சொசய்ட்டி கடைசில அனுமதிச்சதா இல்லையா?"

வினய் சற்று மவுனத்தின் பின் "எங்க?" என்றார்.

சம்பவம் நடந்து ஆறு மாதங்கள் இருக்கும். வினய் குப்தாவின் வீட்டிலிருந்து ஒரு ஆபீஸ் பொருளை எடுத்துவர வேண்டியிருந்தது. அதற்காக அங்கு போயிருந்தபோது, சொசயிட்டி காரியதரிசி ரங்கனேக்கர் லிஃப்ட்டிற்கு நின்றிருந்தார். குப்தாவிற்கு இரு வீடுகள் அங்கிருந்தன. ஒன்றை வாடகைக்குக் கொடுப்பதாகச் சொல்லியிருந்தார்.

"யாருக்கு கொடுக்கறீங்க குப்தாஜீ? பாச்சலர் இல்லையே?" என்றார் ரங்கனேக்கர்.

"பேரு ராபர்ட். ஒரு ஆப்பிரிக்கர். அவரும் அவர் மனைவியும் இருக்காங்க... டாக்குமெண்ட்ஸ் எல்லாம் கரெக்ட்டு... அதான் சரின்னு..."

ரங்கனேக்கர் இடைமறித்தார் "சொல்றேனேன்னு நினைக்காதீங்க. நம்ம சொசயிட்டில இருக்கறதுக்கு அவங்கெல்லாம் சரி கிடையாது"

கோபமாக இடைமறிக்கப் போன குப்தாவை அலட்சியப்படுத்தினார் ரங்கனேக்கர் '' சமத்துவம், நிறவெறின்னு ஆரம்பிக்காதீங்க. எனக்கும் தெரியும். நான் ப்ராக்டீஸிங் லாயர். பின்னால வரப்போற ப்ரச்சனைகளை நினைச்சுப் பாத்தீங்கன்னா, நீங்க வாக்குக் கொடுத்திருக்க மாட்டீங்க''

''அப்படி அந்தாளு என்ன செஞ்சுடுவாருன்னு நீங்க மறுக்கறீங்க?'' என்றார் குப்தா. அவர் தர்மசங்கடத்தில் இருந்தார். அட்வான்ஸ் வேறு வாங்கிவிட்டார். இப்போ புதுத் தலைவலி, ரங்கனேக்கர் உருவில்.

''மும்பையில இருக்கற ஆப்பிரிக்கர்கள்ல சிலபேர் போதைப்பொருள் கடத்தல், ஆன்லைன் பைனான்ஸ் ஏமாற்று வேலை, ஏ.டி.எம் ஃப்ராடுன்னு இருக்காங்க. இவங்களைத் தட்டிக்கேட்க போலீஸ் போனா, எம்பஸி வந்துடும். இங்க வந்து ட்ரக்ஸ் வித்தான்னு போலீஸ் உங்க வீட்டுக்கு வந்தாங்கன்னு வைங்க... என்ன சொல்வீங்க?''

வினய் சற்றே சிந்தித்தார் ''அவர் ஒரு ஆப்பிரிக்க ஷிப்பிங் கம்பெனியில வேலை பாக்கறார். நாம கேக்கிற ஆவணங்கள் எல்லாத்தையும் தந்திருக்கார். போலீஸ்ல போட்டோ கொடுத்து என்.ஓ.ஸி வாங்கிட்டேன். இனிமே மாட்டேன்னா நல்லாயிருக்குமா ரங்க்னேக்கர் சார்?''

ரங்கனேக்கர் சிரித்தார். ''உங்களுக்கு மன அமைதி வேணுமா, இன்னிக்குக் கொடுத்த வாக்கு , புல்ஷிட் முக்கியமா? வீட்டுக்கு அவன் குடி வந்தப்புறம் சுலபமாக் காலி பண்ண வைக்க முடியாது. அவங்க திருமணம்... அதுவேற தலைவலி.. நீங்களும் அடுத்த டவர்லதான் இருக்கீங்க. சொசய்ட்டி மக்கள் உங்களை ஒதுக்கிருவாங்க. பாத்துக்குங்க'' நாலாம் மாடியில் ரங்கனேக்கர் சென்றுவிட, நாங்கள் அமைதியாக ஆறாம் மாடி வரை சென்றோம்.

குப்தாவின் மனைவி சாக்ஷி, ''அவங்க ரெண்டுபேரும் மீரா-ரோடு ஸ்டேஷன்ல ராத்திரி 11.05 வண்டில வருவாங்க. ட்ரெயின்லயே ஆட்கள் அவங்களை ஒரு மாதிரித்தான் பாப்பாங்க'' என்றாள்.

''ஏன் ?''என்றேன் டீயை உறிஞ்சியவாறே.

''அந்தப் பெண் இந்தியர். அந்தாளு ஆப்பிரிக்கர்''

வியந்துபோனேன். இதுவரை மும்பையில் அப்படி ஒரு ஜோடியை நான் கண்டதில்லை.

குப்தா மனைவியைப் பார்த்து ''இப்ப எப்படி அந்த ராபர்ட்கிட்ட சொல்றது?'' என்று சொல்லிக் கொண்டிருக்கும் போதே, வாசலில் அழைப்பு மணி ஒலி கேட்டது. காவலாளி ''சார், இவர் உங்களைப் பாக்கணும்னு சொன்னார். சந்தேகமாயிருந்தது. அதான் நானே கூட வந்தேன்'' என்றபடி சற்றே விலகினான். பின்னால் ஒரு ஆப்பிரிக்கர் வெள்ளைப் பற்களைக் காட்டிச் சிரித்தபடி நின்றிருந்தார்.

''ஹலோ, நான் ராபர்ட்'' என்றார் கனமான ஆங்கிலத்தில்.

''உள்ளே வாங்க'' என்றார் குப்தா. மீண்டும் டீ ஒரு ரவுண்டு வர, தயங்கித் தயங்கி குப்தா மெல்லத் தொடங்கினார் '' ராபர்ட் , தப்பா எடுத்துக்கக் கூடாது''

ராபர்ட்டின் புருவங்கள் உயர்ந்தன '' ஓ, வீடு கொடுக்க சொசயிட்டி மறுத்துவிட்டதா?''

குப்தாவின் முகத்தில் தர்மசங்கடம் தெரிந்தது ''ஆ... ஆம்மா... அதுவும் உங்கத் திருமணம் பற்றித் தெரியாம, குடும்பம் என்று சொல்லிவிட முடியாதுன்னு ஒரு எதிர் வாதம். இதற்கு நான் உங்ககிட்ட ஆவணம் கேட்க முடியாது... இல்லாம நிரூபிக்கவும் முடியாது. சட்டப்படி திருமணமானவர்களுக்கு மட்டுமே வீடு கொடுக்கலாம். சொசய்ட்டி ரூல்ஸ்''

ராபர்ட் தனது தாடியைச் சொறிந்தார் ''இதே கேள்வி, நான் வெள்ளையாக இருந்திருந்தால் வந்திருக்காது இல்லையா?''

கனத்த மவுனம் நிலவியது.

ராபர்ட் எழுந்தார் ''தாங்க்ஸ். பரவாயில்லை. பலதடவை இதக் கேட்டிருக்கேன். பழகிப் போயிருச்சு... கொஞ்சம் டீஸண்ட்டா இடம்

வேணும். என் மனைவிக்கு இப்ப இருக்கிற இடத்துல பிரச்சனை. எல்லாம் எங்க நிறம் படுத்தற பாடு''

அவர் சென்றபின்னும் பல நிமிடங்கள் இருவரும் அமைதியாக அமர்ந்திருந்தோம். இனம்புரியாத உணர்ச்சிகள். அவமானமாக இருந்தது.

''நம்ம பெண்கள் ஒரு வெள்ளைக்காரனைப் பிடிச்சிருந்தா, மக்கள் அதனை ஒன்றும் சொல்லமாட்டாங்க.. இந்தாளு கறுப்பர். அதான் பிரச்சனை. நமக்கும் நிறவெறி இருக்கு சுதாகர். மத்த நாட்டுக்காரங்களைக் குறை சொல்றதுல அர்த்தமே இல்லை''

''ஆமா'' என்றேன் எழுந்தவாறே... அந்த ஆப்பிரிக்கர் என்ன பதவியில் இருக்கிறார், என்ன தொழில் செய்கிறார் என்பதெல்லாம் தெரியாமல், அவரையும், அவருடன் வாழ்வதால் அப்பெண்ணையும் குறைகூற நமக்கென்ன உரிமை? என்றெல்லாம் கேள்வி எழுந்தாலும், ரங்கனேக்கர் சொன்னதில் நியாயமான பயம் இருக்கத்தான் செய்தது. நாளை ஒரு ப்ரச்சனை என்று வந்தால் யார் நிற்பது? யாருக்காக நிற்பது?

வினய் குப்தாவை அதன்பின் இன்றுதான் சந்திக்கிறேன். லேசாகச் சாரல்...

''சாக்ஷி வேலைபார்க்கும் வளாகத்தில் ஒரு ட்ராவல்ஸ் கம்பெனியில்தான் அந்த ராபர்ட்டின் மனைவி வேலை பார்க்கிறாள்.. ''

''அவங்களுக்கு வீடு கிடைச்சிருச்சா?'' என்றேன் ஒரு குற்ற உணர்வு மேலோங்க.

''கிடைச்சுருச்சு, விரார் மேற்குல. திடீர்னு ஒரு நாள் ராபர்ட் காணாமப் போயிட்டான். ஆபீஸ்லேர்ந்து மத்தியானம் வெளியப் போனவன் திரும்பி வரலை. மாலையில இந்தப் பொண்ணு அவன் ஆபீஸ்ல தேடி, ரயில்வே ஸ்டேஷன்ல தேடி... ஒரு வாரமாவுது. இன்னும் அவன் வரலை. சொசயிட்டில அவளை வீட்டைக் காலி பண்ணச் சொல்றாங்க''

''அடப்பாவமே'' என்றேன் அதிர்ந்து.

"அவளோட குடும்பம் மாலேகான்வ் பக்கத்துல இருக்கு. அவங்க மத உணர்வுல ரொம்ப ஊறினவங்க. இப்பத்தான் அவங்களுக்குப் பொண்ணு இப்படி ஒரு கறுப்பரோடு வாழ்ந்திருக்கான்னு தெரிய வந்திருக்கு. அவளைத் தலை முழுகிட்டாங்க. இவளுக்கு இப்போப் போக்கிடம் இல்லை. நேத்திக்கு சாக்ஷி அவள ஆபீஸ் வளாகத்துல பாத்துப் பேசியிருக்கா. பாவம் கதறி அழுதுட்டாளாம்"

"இருக்காதா பின்னே?" என்றேன்.

"ஏன் இப்படி உன் வாழ்வைச் சீரழிச்சுக்கிட்டே? ன்னாளாம் சாக்ஷி. அதுக்கு அவ சொன்ன பதில்தான்..."

நான் மவுனமாகக் கேட்டிருந்தேன். மழைச்சாரலுக்கு, கார் கண்ணாடியின் வைப்பர்கள் உயிர்த்திருந்தன.

"ராபர்ட் என்னை விட்டுட்டுப் போகலை மேடம். அவனை நார்க்கோடிக்ஸ், ட்ரக்ஸ் கேஸ்ல வேணும்னே பிடிச்சுப் போட்டிருப்பாங்க. அதுக்கு எம்பஸிலேர்ந்து ஆளுங்க வர்றதுக்குள்ள மிரட்டி ஒப்புக்க வைச்சு, ஊருக்குத் திரும்பி அனுப்பிருவாங்க. இல்ல... அடிச்சு ரயில் ட்ராக்ஸ்ல போட்டுருவாங்க"ன்னாளாம். அவ உடம்பு நடுங்கிச்சுன்னா சாக்ஷி"

நான் முன்னே வெறித்திருந்தேன். மழை மெல்ல வலுத்திருக்க, வைப்பர்கள் மேலும் வேகமாக பக்கவாட்டில் அலைந்தன.

"ஒருவருஷம் முந்தி வரை அவன் யாருன்னே எனக்குத் தெரியாது. என்னை யாருன்னு அவனுக்குத் தெரியாது. அவன் குடும்பம் என் குடும்பம்... சந்திச்சது கூடக் கிடையாது. ஆனா மனசு இணைஞ்சு போச்சு. எங்கக் கண்ணுக்குத் தெரியாத தோல் நிறம், சமூகத்துக்கும் எங்க ரெண்டுபேருக்கும் நடுவுல பெருசா வந்துபோச்சு. எங்களுக்கு நிறக் குருடா, இல்ல, இந்த சமூகத்துக்குத்தான் நிறக் குருடா தெரியலை. எனக்குக் கவலையுமில்லை. அடுத்த மாசம் வீட்டைக் காலி பண்ணறேன். ட்ரான்ஸ்பர் வாங்கிட்டு டெல்லி போறேன். அங்கேர்ந்து ராபர்ட்டைத் தேடப் போறேன். நிச்சயம் கிடைப்பான் மேடம், நீங்களே பாருங்க"

மழை ஒரு தகடு போலக் கொட்டிக் கொண்டிருக்க, வைப்பர்கள் வெறிபிடித்த மாதிரி வீசி ஆடின. 'க்றீச் க்றீச்' என்ற் ஒலியுடன் அவை மழைப் படுகையைத் தள்ளத் தள்ள, முன்னே காட்சி, சற்றுதெளிவாகத் தெரிந்து பின் மழைத் திரையில் மங்கியது. மண்ணில் நீர் வீழ்ந்து, கலங்கி கருப்பாக , சில இடங்களில் சிவப்பாக சாலையோரத்தில் ஓடி வழிந்தது.

யார் யாருடன் இணையவேண்டுமென்பதை நிறமோ, மதமோ, மொழியோ தீர்மானம் செய்வதில்லை. எப்படி எந்த மழைத்துளி எந்த நிலத்தில் விழுந்து எந்த நிறச் சகதியை உண்டாக்குமென்பது மண்ணுக்கும் மழைக்கும் தெரியாதோ அதைப்போல...

குறுந்தொகையில், காதலன், தான் சற்றும் அறியாத பெண் காதலியானதை வியந்து சொல்கிறான்.

''யாயும் ஞாயும் யாராகியரோ?

எந்தையும் நுந்தையும் எம்முறை கேளிர்?

யானும் நீயும் எவ்வழி அறிதும்?

செம்புலப் பெயல்நீர் போல

அன்புடை நெஞ்சம் தாம் கலந்தனவே''

- செம்புலப் பெயல்நீரார், குறுந்தொகை.

''எனது தாயும் , உனது தாயும் எவ்வகையில் உறவு? என் தந்தையும் உன் தந்தையும் எந்த முறையில் உறவினர்கள்? நானும் நீயும் இதன்முன் எவ்வாறு அறிந்தோம்? இவையெல்லாம் ஒன்றுமில்லாதபோது நமது நெஞ்சங்கள், செந்நிற மண்ணில் மழைபெய்து தானும் மண்ணின் நிறம் கொண்டு, இரண்டும் ஒன்றையொன்று பிரித்தறிய முடியாதது போல ஒன்றாய்க் கலந்துவிட்டன''

8
பெத்தமனம்

அருண் குமார் திவாரி என்றால் மும்பையில் அவரைத் தவிர யாருக்கும் தெரிந்திருக்க வாய்ப்பில்லை. MH-02-AX- 67** என்ற ஒரு ஆட்டோ ஓடுவதும் ஓடாததும் யாருடைய பிரச்சனையாகவும் மும்பையில் இருந்திராது - அலகாபாத்திலும், ரூர்க்கியிலும், டெல்லியிலும் வாழும் சிலர் தவிர.

அந்த ஆட்டோவின் ஓட்டுநர் திவாரி. போரிவல்லியிலிருந்து ஏறினேன். மனிதர் ஒரு நிமிடம் நிறுத்தி கீழே இறங்கி இடுப்பில் கைகளை வைத்துக்கொண்டு கண்மூடி நின்றார். ஒரு வேதனையை உள்வாங்கி செரிப்பது போன்றிருந்தது. அவசரமாக இறங்கி, "தண்ணீர் வேணுமா?" என்றேன். வேண்டாம் என்று தலையசைத்து மீண்டும் வண்டியில் ஏறி ஓட்டத் தொடங்கினார்.

"கடந்த பதினெட்டு மணி நேரமா ஓட்டிட்டிருக்கேன். இன்னிக்கு ஒருவேளைதான் சாப்பிடக் கிடைச்சது. 5000 ரூவா ஊருக்கு அனுப்பணும். அவசரமா" என்றார்.

ஒரு நிமிட மவுனத்தின் பின் தொடர்ந்தார். "வண்டி என்னதில்லை சாப். முதலாளிக்கு 500 ரூபாய் போக மிச்சம்தான் எனக்கு. நேத்திக்கு மால்வாணி பக்கம் ராத்திரி ஷிப்டு அடிச்சேன். நாலு பேர்.. ஏத்தமாட்டேன்னு சொல்லச் சொல்ல பிடிவாதமா ஏறி, இறங்கறபோது, அடிச்சுப் போட்டுட்டு, பையில இருந்த ரூவாயை வேற பிடுங்கிட்டுப் போயிட்டாங்க. முதுகுல வலி... அதோட வண்டி ஓட்டற வலி வேற...

''நான் சற்றே சீரியஸாக அவரைப் பார்த்தேன். நாப்பது நாப்பத்தஞ்சு வயசு இருக்கும். கிழக்கு உ.பி பக்கம் போல ஜாடை. பேச்சு.

'' உடம்பு வலி தாங்கிடலாம் சாப். என்ன... சிலது தாங்க முடியலை. இருவது வருசமா ஓட்டிட்டிருக்கேன். உடம்பு, மனசு, எதாவது ஒண்ணு முதல்ல உடையணும் இல்லையா?''

''என்ன ஆச்சு?'' என்றேன்

'' மனசுதான் உடைஞ்சு போச்சு . ரூவா போனது வலிக்குது. 5000 அனுப்பணும் அவசரமா ஊருக்கு. கூரியர்கூட அடுத்த நாள்தான் போவும், ஹே நா சாப்?''

டெலிக்ராம் மணி ஆர்டர் பற்றி நினைத்துக் கொண்டிருந்தபோது தொடர்ந்தார்.

'' என் பையன் பி.ஈ படிக்கறான், ரூர்க்கியிலே. பொண்ணு சி.ஏ பண்றா, டெல்லியில. என்னமோ ஆ க்ளாஸ்ங்கறா புரியலை. ரெண்டு தங்கச்சிங்க. ரெண்டும் கிராமத்துலேர்ந்து அலகாபாத் போய் படிக்கறாங்க. நாலு பேர் படிக்கறதுக்கும், எட்டு பேர் சாப்பிடறதுக்கும் நான் இங்க வண்டி ஓட்டறேன்''

''ரூர்க்கி? ஐ.ஐ.டியிலயா?'' என்றேன் ஆச்சரியத்துடன். ''ஆமாம்'' என்பது போலத் தலையசைத்தார். குடைந்து கேட்டதில் அவருக்கு பி.டெக், பி.ஈ என்பதின் வேறுபாடு தெரியவில்லை. பி.ஈ என்றார் நிச்சயமாக. வேறு கல்லூரியாக இருக்கவேண்டும். ஆனால் ரூர்க்கியில்?

''பசங்க என்ன மாதிரியில்லை. எம் பொண்டாட்டி 12ங்கிளாஸ் . நான் 5ம் கிளாஸ் பெயில். அவ படிக்க வைக்கணும்னு உறுதியா நின்னா. அதான் இதுங்களும், என் தங்கச்சிகளும் படிக்குதுங்க. என் கிராமத்துல படிக்கறத விட கல்யாணம் பண்ணி வைன்னு நச்சரிச்சாங்க. நான் விடலை. பொண்ணுங்க படிக்கணும் சார். அதுங்கதான் குடும்பத்தை நடத்தும். என் வீட்டையே எடுத்துக்குங்க... பையன் ஆட்டோ ஓட்ட வேண்டாம், படிக்கட்டும்னு முந்தியே தீர்மானிச்சிட்டேன்''

நான் கூர்மையாகக் கேட்டுக் கொண்டிருந்தேன்.

''முந்தாநேத்து பையன் போன் பண்ணினான். 5000 ரூவாய் , புத்தகம் வாங்கறதுக்கும், ஏதோ பீஸ் கட்டறதுக்கும் வேணுமாம்' ஏண்டா, லைப்ரரியில எடுக்க முடியாதா?''ன்னேன். அதுக்கு அவன்...'' நிறுத்தினார். முகத்தைத் துடைத்தார்.

'' நீ படிச்சிருந்தா புத்தகம்னா என்ன விலைன்னு தெரிஞ்சிருக்கும். உனக்கு இதெல்லாம் புரியாதுப்பா'' என்கிறான். சட்டென்னு அழுகை வந்துருச்சு சாப். இவ்வளவு உழைக்கறதுக்கு கேக்கற வார்த்தைதான் ரொம்ப வலிக்குது. ரவுடிங்க முதுகுல அடிச்சாங்க. வண்டி ஓட்டறது தோள்பட்டையில அடிக்குது. பையன் நெஞ்சுல அடிக்கறான். சரி, ஓட்டுவோம்.. ஓடற வரைக்கும்தான் வண்டி. கேஸ் தீர்ந்தா நின்னு போகும். அதுவரை ஓடத்தான செய்யணும்? ஓடறதுக்குத்தானே வண்டி இருக்குது?'' சட்டெனக் கலங்கிய கண்களை, முகத்தைத் துடைப்பது போல பாவனை செய்து துடைத்தார்.

ஆட்டோவின் ஒலியை மீறி, ரோட்டின் போக்குவரத்து ஒலிகளை மீறி அவர் சொன்னது என்னுள் பதிந்தது.

பின்னொருநாள் அந்தப் பையன் ப்ரபலமாகலாம். '' எங்கப்பா ஒரு ஆட்டோ ஓட்டுநர்தான். நான் என் சொந்த முயற்சியால முன்னுக்கு வந்தேன்'' என்று பேட்டி கொடுக்கலாம். அந்தக் கற்பனையில், அவனது கன்னத்தில் அறைந்தேன்.

''உன்னை விட, முயற்சி செஞ்சு தேஞ்ச ஒரு உடல், மும்பையில் இருக்கிறது, முட்டாளே'' என்றேன்.

இறங்கியதும், கூடவே ரூ 20 கொடுத்தேன். 'இங்க ஒரு பன்னும், சாயும் குடிச்சுட்டு வண்டி ஓட்டுங்க, போதும்'' என்றேன். அவர் கண்களை மூடிக்கொண்டு, கை கூப்பினார். இருவது ரூபாய் பெரிதல்ல, ஒரு மனிதனின் உணர்வுகளைப் பகிர ஒரு தளம், காலம் கிடைத்த நிம்மதி.

வீட்டு வளாகத்தின் கேட்டை அடைந்தபோது திரும்பிப் பார்த்தேன். ஒரு பெண் ஏறிக்கொண்டிருக்க, திவாரி வண்டியைக் கிளப்பிக் கொண்டிருந்தார்... சாப்பிடாமலேயே.

ஆயிரம் வருடம் முன்பு, . தலைவன் செருக்கால் தன்னைச் சேர்ந்தவர்களை எள்ளி, குத்திப் புண்படும்படி பேசுகிறான். அதனைக் கண்டித்து தலைவி/தலைவியின் தோழி சொல்கிறாள்.

"அரிகால் மாறிய அங்கண் அகல் வயல்

மறுகால் உழுத ஈரச் செறுவின்

வித்தொடு சென்ற வட்டி பற்பல

மீனொடு பெயரும் யாணர் ஊர!

நெடிய மொழிதலும் கடிய ஊர்தலும்

செல்வமன்று தன் செய்வினைப் பயனே!

சான்றோர் செல்வம் என்பது சேர்ந்தோர்

புன்கண் அஞ்சும் பண்பின்

மென்கண் செல்வம், செல்வம் என்பதுவே"

- மிளை கிழான் நல் வேட்டனார், நற்றிணை.

"நெல் அறுத்த வயலிடத்து மீண்டும் உழுது பயிரடவும், பல வகை மீன்களும் கொண்டு புது வருவாய் உடைய ஊரை உடையவனே!

நீ பெரிய ஊர்திகளில் பயணிப்பதும், பெருமை சேருமாறு அழகாகப் பேசுவதும் செல்வமல்ல. அது உன் செய்வினையின் பயன் மட்டுமே.

சான்றோர்கள் செல்வமென்பது, தன்னைச் சேர்ந்தோர்கள், எதன் பொருட்டு வருத்தம் கொள்கிறார்களோ, அதனைப் போக்குமாறு இனிய மரியாதை மிகுந்த வார்த்தைகளைப் பேசும் பணிவு கொள்வது மட்டுமே.

அதில்லாத நீ, எத்தனை புகழ் பெற்றிருந்தாலும், பணம் பெற்றிருந்தாலும் வறியவனே"

9

லாரா கோம்ஸ்

''குஜராத் எக்ஸ்பிரஸ் ப்ளாட்பார்ம் நாலுக்குப் பதிலாக இன்று ப்ளாட்பார்ம் ஆறில் வருகிறது. பயணிகளுக்கு...'' இயந்திர கதியில் போரிவல்லி ரயில்வே நிலையத்தில் ஒலிபெருக்கியில் அறிவித்துக் கொண்டிருக்க, வேகமாகப் படிகளில் ஏறினேன். ஆறாம் ப்ளாட்பார்ம் அடுத்ததுதான் என்றாலும், இந்த வேகம் இல்லாவிட்டால், அடுத்த லோக்கல் ரயிலில் வரும் கூட்டம் , சிதறிய நெல்லி மூட்டையைப் போல் ப்ளாட்பாரத்தில் வழிந்து, முழு படிக்கட்டையும் ஆக்ரமித்துவிடும். அதற்குள் நாம் ஏறாவிட்டால் நமது ரயில் கிளம்பிப் போவதைப் பார்க்கலாம். மும்பையில் எதையெல்லாம் கணக்கிட்டு முன்கூட்டியே திட்டமிட வேண்டியிருக்கு?

லேசான மூச்சிரைப்புடன் எனது கம்ப்பார்ட்மெண்ட் வரும் இடத்தருகே நிற்கையில். 'எக்ஸ்க்யூஸ்மி, 3rd AC இங்கதான வரும்?'' என்றது ஒரு சன்னமான குரல். ''ஆம்'' என்று திரும்பிப் பார்க்காமலேயே தலையசைத்துவிட்டு அதன்பின் நிதானமாக யார் என்று பார்த்தேன்.

இவள்...?

''நீங்க, நீங்க லாரா... லாரா கோம்ஸ் தானே?''

அவள் கண்களை இடுக்கி என்னைப் பார்த்தாள். சற்றே புஜங்கள் பெரிதாகியிருக்கின்றன. முகம் சற்று ஊதியிருக்கிறாள். என்னை அவளுக்கு அடையாளம் தெரியவில்லை என்பது புரிந்தது. அறிமுகப்படுத்தியும் தெரியவில்லை. இறுதியில் அந்த நிகழ்ச்சியை நினைவுபடுத்தினேன்.

முகம் மலர '' மை காட்... நீங்க..'' என்றவள் வியப்பில் விரிந்த வாயைக் கைகளால் பொத்திக்கொண்டாள்.

''இப்பவும் கால் வலிக்குது'' என்றேன் புன்னகைத்தபடி.

''ஹ... ஹ... Wow, so sorry, though fifteen years late'' என்றாள் லாரா பெருத்த சிரிப்பினூடே.

பதினைந்து வருடம் முன்பு, நானும் என் நண்பனும், அந்தேரி ஸீப்ஸ் அருகே இருக்கும் துங்கா ரெஸ்டாரண்ட்டில் ஒரு மாலையில் நுழைந்து கொண்டிருந்தோம். சட்டெடன அவன் யாரையோ பார்த்துவிட்டு வாசலிலேயே நின்றான்.

'' தோஸ்த், பொறுங்க''

புரியாமல் அவனருகே நின்றேன். ''என் பைக்கை எடுத்துட்டு சக்காலா சிக்னல்ல வி.ஐ.பி ஷோரூம் பக்கம் நில்லுங்க. நான் பதினைஞ்சு நிமிசத்துல வந்துடறேன்'' என்றவன் நான் மேற்கொண்டு எதுவும் கேட்குமுன், சாவியைக் கையில் திணித்துவிட்டு சாலையின் மறுபுறம் கடந்து ஸாங்கி ஆக்ஸிஜன் கம்பெனி வளாகத்துள் நுழைந்தான்.

விழித்தபடி நின்றிருந்த நான் பைக்கை கிளப்பும்போதுதான், அந்தப் பெண் அவனருகே வந்து நின்றாள். இருவரும் வளாகத்தின் உட்புறம் மரங்கள் அடர்ந்த கார் பார்க்கிங் பகுதியில் சென்று மறைந்தார்கள்.

லாரா என்பது அவள் பெயர் என்று அவன் சொல்லியிருக்கிறான். அவள் மும்பையின் வஸாய் என்ற புறநகர்ப் பகுதியில் பிறந்து வளர்ந்தவள். எங்கள் அலுவலகத்தை அடுத்த ஒரு நடுத்தர அளவிலான மருந்து உற்பத்திக் கம்பெனியில் பணிபுரிந்து கொண்டிருந்தாள் என்ற அளவில் எனக்குத் தெரியும். ஒரு முறை 'ஹலோ' என்றிருக்கிறோம். அவ்வளவுதான்.

நண்பன் அவளினும் வேறு மதத்தைச் சார்ந்தவன். உத்தரப் பிரதேசத்தில் அவனது பெற்றோர், விரிவான, வசதியான குடும்பம். இருவருக்கும் இடையே காதல் மலர்ந்து இரு வருடங்களாயிற்று. இருவர் வீட்டிலும் எதிர்ப்பு இருக்கிறது என்று ஒரு முறை சொல்லியிருக்கிறான்.

பைக்கில் சக்காலா சிக்னல் சேரும்போது, போலீஸ் "தாம்பா (நில்லு)" என்ற போதுதான் நினைவு வந்தது. ஹெல்மெட் போடவில்லை. நாசமாப் போனவன் ஹெல்மெட் தர மறந்திருக்கிறான்.

போலீஸ் "இன்ஸ்யூரன்ஸ் குட்டே(எங்கே)?" என்றபோது இன்னும் விழித்தேன். அனைத்து பேப்பர்களும் அவனது பையில். திருட்டு பைக் என்று பிடித்து வைத்தார் அவர். நண்பனின் வண்டி என்று விளக்கியும், கெஞ்சியும் பார்த்துவிட்டேன். மசிவதாகத் தெரியவில்லை.

அப்போதெல்லாம் செல்போன் பரவலாகக் கிடையாது. அவனை எப்படி அழைப்பது? அங்கேயே வண்டியோடு கால் கடுக்க நின்றிருந்தேன். ஒரு மணி நேரமானது, இரண்டு மணி நேரமானது. அவனைக் காணவில்லை.

போலீஸ்காரர் முகத்தில் இப்போது கொஞ்சமும் நம்பிக்கை இல்லை. அங்கிருந்து மெல்ல அவரோடு வண்டியை உருட்டியபடியே காவல் நிலையத்துக்குச் சென்றேன். கால் 'விண்விண்' எனத் தெறித்தது. பசியும் கோபமும் சேர்ந்து சற்றே அழுகையும் வந்தது.

இருட்டிய பின் நண்பனும் அவனோடு அந்தப்பெண் லாராவும் நுழைந்தனர். "சார் இது என் வண்டி. இது என் நண்பன்" என்று அவன் விளக்கி, படிவங்களைக் காட்டி நூறு ரூபாய் கொடுத்தபின்னே என்னை விட்டார்கள்.

"சாரி, சாரி" என்றான் பலமுறை. கோபத்தில் ஒன்றும் பேசாதிருந்தேன்.

அவள் "என் சார்பிலும் ஸாரி" என்றாள். அருகே ஒரு ஓட்டலில் அமர்ந்தோம்

"லெட் மி எக்ஸ்ப்ளெய்ன். லாராவுக்குத் திருமணம் நிச்சயித்திருக்கிறார்கள். அவள் வீட்டில் காதலைச் சொல்லிவிட்டாள். அண்ணன்கள் மதம் மாறிக் கல்யாணம் செய்ய ஒத்துக் கொள்ளவில்லை. வேற வழியில்லை. நாளைக்கே ரிஜிஸ்டர் மேரேஜ்..."

வியப்புடனும் ஆயாசத்துடனும் அவனை ஏறிட்டேன். "நோ வொர்ரிஸ். நான் எங்க அண்ணனை சரிக்கட்டி வைச்சிருக்கேன். அவர் பாத்துக்குவார்"

இருவார விடுப்பின் பின் ஆபீஸில் சேர்ந்த நண்பன் ராஜினாமா கடிதத்தைச் சமர்ப்பித்தான். 'துபாய்ல வேலை கிடைச்சிருச்சு, லாராவுக்கு கொஞ்ச நாளாவும்" என்றான். அன்று போன அவனும், லாராவும் மெல்ல மெல்ல நினைவிலிருந்தும் தேய்ந்து போனார்கள்.

ரயில் விரார் தாண்டி, பெரிய பாலத்தில் 'தடங் தடங்' என்று சென்றுகொண்டிருக்க, சன்னலோரம் அமர்ந்திருந்த லாரா வெளியே பார்த்தபடி இருந்தாள். அவள் அருகே இருக்கை காலியாயிருக்க, 'அமரலாமா?' என்று கேட்டு அமர்ந்தேன்.

"அவன் எங்கே?" என்றேன்.

"மும்பையிலதான். எதோ ஒரு அமெரிக்கன் கம்பெனி பேரு" என்றாள். விசித்திரமாகப் பார்த்தேன்.

என்னை ஏறிட்டாள் "நாங்க பிரிஞ்சுட்டோம். டைவர்ஸ் இன்னும் வாங்கலை"

திகைத்துப் போனேன். எத்தனை சிரமப்பட்டு திருமணம் செய்து கொண்டு, பொசுக்கென்று 'பிரிஞ்சுட்டோம்' என்றால்?

லாரா இருக்கையில் சாய்ந்து அமர்ந்தாள்.

"துபாய்ல அவன் போனப்புறம் நான் அங்க போய்ச் சேர்றதுக்கு ஒரு வருசம் ஆயிருச்சு. கல்யாணம் ஆனவுடனேயே என்னை வீட்டுல துரத்திட்டாங்க. ஒரு ப்ரெண்டு வீட்டுல ஒரு வாரம், அப்புறம் லேடீஸ் ஹாஸ்டல்னு ஒரு பாதுகாப்பில்லாத வாழ்க்கை. ரொம்பக் கஷ்டப்பட்ட காலம் அது.

அவங்க வீட்டுக்காரங்க வந்து மிரட்டினாங்க. விவாகரத்து பண்ணிரு. இல்லேன்னா கொன்னுருவோம்னாங்க. எல்லாம் தாண்டி ஒரு வருசம் கழிச்சு அவன்கூடப் போயி சேர்ந்துட்டேன்.

முதல்ல ரெண்டு வருசம் நல்லாத்தான் இருந்தான். எங்கயோ மதப் பிரச்சாரம் கேட்டவன், மெல்ல மெல்ல அதுல ரொம்ப ஈடுபாடு கொள்ள ஆரம்பிச்சான். முதல்ல நானும் அத ரொம்பக் கண்டுக்கலை. எனக்கு மத ஈடுபாடு எல்லாம் கிடையாது. அது அவங்க அவங்க பெர்ஸனல் விஷயம்னு விட்டுட்டேன். அவன் கொஞ்சம் கொஞ்சமா மாறிட்டே கவந்ததை கவலையோடு பாத்துட்டிருந்தேன். ஒரு நாள் ''நான் தப்புப் பண்ணிட்டேன். உன்னைக் கல்யாணம் செஞ்சுகிட்டது என் மதக் கொள்கைக்கு மீறினது'' ன்னான். திடுக்கிட்டுப் போயிட்டேன். அதுக்குப் பரிகாரமா என்னை மதம் மாறச் சொன்னான். முடியாதுன்னுட்டேன். ஒருவரின் மத நம்பிக்கைக்கும் , காதலுக்கும், குடும்பத்துக்கும் சம்பந்தமே இல்லைன்னு என் எண்ணம். கொஞ்சம் கொஞ்சமா சண்டை வர ஆரம்பிச்சது. அடிக்க ஆரம்பிச்சாரு.

பொறுத்துப் பாத்து, ஒரு நாள் கிளம்பி மும்பை வந்துட்டேன். வீட்டுல ஏத்துக்க மாட்டேன்னுட்டாங்க. திரும்ப லேடீஸ் ஹாஸ்டல். வேலை தேடல். இப்ப ஒரு மருந்து கம்பெனியில தர நிர்ணயத்துறையில இருக்கேன். கம்பெனி ஆடிட்க்குத்தான் வாபி போயிட்டிருக்கேன்''

லாரா சற்றே நிறுத்தினாள். சூரியன் கீழ்வானில் செஞ்சாந்தைத் தீற்றியிருந்தது. ஒளிதான் எவ்வளவு அழகு? அனைத்து இருட்டையும் அழித்து விடுகிறது, ஒரு கணத்தில்.

லாரா தொடர்ந்தாள்.

''அப்புறம் அவனும் மும்பைக்கு வந்துட்டான்னு கேள்விப்பட்டேன். இப்ப அவங்க மதத்துலயே ஒரு பெண்ணைக் கட்டி வச்சிருக்காங்க. நல்ல சம்பளம், ஊர்ல சொத்து, பணக்காரப் பொண்டாட்டி. அவன் உண்டு, அவனை வாழ வைச்ச மதம் உண்டுன்னு இப்ப அவனும் நிம்மதியா இருக்கான்.

நானும் இப்ப நிம்மதியா இருக்கேன் சுதாகர். யோசிச்சுப் பாத்ததுல, எனக்குமே அது காதல்தானான்னு ஒரு சந்தேகம் வந்துருச்சு. மெல்ல மெல்ல என் அன்பும் அவன்மேல குறைஞ்சுகிட்டே வந்துருச்சு. இப்ப

ஒண்ணுமே இல்லை. அவனும், இந்த ரயில்ல வர்ற ஏதோ ஒரு சக பயணிபோல, முகமறியாத ஒருவன் இப்ப, அவ்வளவுதான்''

இருவரும் வெளியே பார்த்தபடி இருந்தோம். காலைச் சூரியனை மேகம் சூழ, கம்பார்ட்மெண்ட் சற்றே இருண்டது.

சூரியன் என்னதான் ஒளி பொருந்தியதாக இருந்தாலும், மேகங்கள் பூமிக்கு அதனை மறைத்துவிடுகின்றன.

ஆயிரம் ஆண்டுகளுக்கு முன்பு, தன்னைக் காதலித்தவன் காதலை விடுத்து தீவிரமாக வேறு ஒன்றில் ஈடுபடுவது போன்று வாழ்ந்திருப்பதைக் கண்டு வெதும்பி, தன் காதலை அழித்தவாறே ஒரு பெண் சொல்கிறாள்.

''மலை இடைஇட்ட நாட்டரும் அல்லர்

மரம் தலை தோன்றா ஊரரும் அல்லர்,

கண்ணில் காண நண்ணுவழி இருந்தும்.

கடவுள் நண்ணிய பாலோர் போல

ஒரீஇ ஒழுகும்ய என்னைக்குப்

பரியலென் மன்யான் பண்டொரு காலே''

- நெடும்பல்லியத்தனார், குறுந்தொகை

''என்னைச் சேர்ந்தவன் மலைகள் சேர்ந்த மலைநாடனும் அல்லன். மரங்கள் அடர்ந்து செழித்த காடுவளமுடைய ஊரனும் அல்லன். இந்த ஊரிலேயே, என்னைக் கண்ணில் காணும் வழியிருந்தும், கடவுள் சிந்தனை பெருகிய ஒருவன் எவ்வாறு பிறரைக் காணாது தனது வழிபாட்டில் குறியாயிருப்பது போல, என்னை அறியாது போல பாசாங்கு செய்து வருகின்றான். அவன் மேல் நான் கொண்டிருந்த காதலும் மெல்ல மெல்ல அழிந்துவிட்டது''

10
ஜூலி

தோளில் யாரோ தட்டியது போலத் தோன்றத் திரும்பிப் பார்த்தேன். சுருட்டியிருந்த பேப்பரால் தலையில் ஒரு அடி இம்முறை "இடியட், இவ்வளவு பக்கத்துல இருந்து எத்தனை தடவை உன்னைக் கூப்பிடறேன்.? திரும்பியே பாக்காம அப்படி என்ன சிந்தனை?" நட்ட நடு ரோட்டில் இப்படி ஒருத்தி நிறுத்தி வைத்து உரத்த குரலில் கேட்கிறாள் என்றால், அது ஜூலியாகத்தான் இருக்கவேண்டும். என் ஊகம் தப்பவில்லை.

"அதென்ன மேன், ஸ்கர்ட் போட்ட ஒரு பெண் உன்னைக் கூப்பிடறது கூடத் தெரியாம எங்கயோ பாத்துகிட்டுப் போறே?" பஸ் ஸ்டாப்பில் இருவர் வியப்பாக அவளை ஏறிட்டனர். ஜூலியின் கேள்விகளைப் புதிதாகக் கேட்பவர்களுக்கு வேண்டுமானால் வியப்பாக இருக்கலாம். அவளுடன் பத்து வருடம் பணி புரிந்த எனக்கு அல்ல.

"ஸ்கர்ட் போட்ட பெண், பாக்கிற மாதிரி இருந்தா திரும்பிப் பாப்போம். பெண் மாதிரி ஒன்று இருந்தா?" என்றேன். இடி இடியெனச் சிரித்த ஜூலியின் பெருவுடல் குலுங்கியது. கழுத்துக்குக் கீழே ஒரு உடல் பாகத்துக்கும் 'ஒரு வஞ்சனையுமில்லாமல், சீரான உருளை போலிருப்பாள் அவள் இருபது வருடங்கள் முன்பும், அன்றும் அப்படித்தான். பத்து வருடங்களுக்கு முன்பே அவளுக்கு வயது நாற்பது.

"நாட்டி ராஸ்கல்ஸ். எல்லாப் பயல்களும் இன்னும் இப்படித்தான் இருக்கிறீர்களா? மனோஜ் துபாய் போயிட்டான். சொன்னானா?..." பழைய ஆட்களின் கதைகளைச் சொல்லியும், கேட்டும் பரவசப்பட்டாள் ஜூலி.

90களில் டைப்பிங், ஷார்ட் ஹேண்ட் தெரிந்தவர்கள் கம்ப்யூட்டருக்கு மாறுகிற நிலை வந்தபோது தடுமாறிய பழங்கால செக்ரட்டரிகளில் ஒருத்தி ஜூலி பர்னாந்து. அவளது ஃபேஸிட் டைப் மெஷினை ஒருத்தர் தொடவிடமாட்டாள். துடைத்துத் துடைத்து, தானே , சிவப்பு நிற ஸிங்கர் எண்ணெய் ட்ராப்பர் மூலம் தினமும் இரு சொட்டு எண்ணெய் விட்டு, டைப் மெஷின் ரிப்பன்களைத் தானே மாற்றி... என எல்லாம் தானே செய்து வந்தாள். கம்பெனியில் அனைத்து ஸேல்ஸ், சர்வீஸ் எஞ்சினீயர்களிடமும் உணவு வேளையில் வாயடிப்பாள். சற்றே பச்சையாகப் பேசுவாள் என்பதாலும், டைப்பிஸ்ட் இராமன் நாயரை வம்பிழுப்பதில் அவளுக்கு இருந்த ஆர்வத்தாலும், எப்போதும் அவள் இருக்குமிடம் கலகலப்பாக இருக்கும்.

''இவளு ஸ்த்ரீயல்லா கேட்டோ மோனே? யட்சியானு. காம யட்சி. பர்த்தாவு ஷிப்பிலா. எப்போழெங்கிலே வருள்ளு. அதுகொண்டாணு காமாக்னி இங்கன தகிக்குண்ணு'' என்பார் இராமன் நாயர், தினமும் அவளிடம் வாக்குவாதத்தில் தோற்றபடி.

''ஐ மெட் ராமன் நாயர் லாஸ்ட் இயர் சுதா. அவன் மகள் கல்யாணம்னு கொஞ்சம் கடன் கேட்டான். கொடுத்தேன். ஒரு லட்சம்''

நான் அவளை ஏறிட்டேன்.

''ஐ நோ. அவன் திருப்பிக் கொடுக்க சான்ஸ் இல்லை. பாவம், என்ன செய்வான்? மூத்த பையனுக்கு காக்காவலிப்புல வேலை போச்சு... ப்ரெட் வின்னர் வேற யாரு இருக்காங்க ராமனுக்கு? பூவர் ஃபெல்லோ''

இருவரும் பேசியபடியே உடுப்பி ரெஸ்டாரண்ட்டில் நுழைந்தோம். அந்தேரி ஸ்டேஷனுக்கு அருகே மெட்ரோ ரயில் பணிகள் நடைபெற்று வந்ததால், நெரிசல் அதிகம். இருவருக்கும் பஸ் இன்னும் வரவில்லை.

ஜூலியின் கணவர் கப்பல் வேலையிலிருக்கும்போதே வீட்டுக்கு அருகே ஒரு மருந்துக் கடை ஒன்று வைத்திருந்தார். ஜூலியின் தம்பி ஃபார்மஸி படித்திருந்ததால், வீட்டோடு அந்த வியாபரம் ஜோராக நடந்து வந்தது. கணவன் கான்ஸரில் மரித்தபின், அவள் மூத்த பெண்ணுக்கு

கலியாணம் செய்து கொடுத்தாள். கல்யாணத்துக்குப் போயிருந்தேன். டீயை உறிஞ்சியவாறே 'அவள் துபாயில் இருக்கிறாள்' என்றாள்...

''எங்கே இருக்கிறாய் ஜூலி? ஹோலிக்ராஸ் ஹாஸ்பிடல் பக்கம் இருந்த அதே வீடுதானா?''

''ஆமா'' என்றாள் திடீர்த் தயக்கத்தோடு. அவள் முகம் சற்றே மாறியதைக் கவனித்தேன். பத்து நிமிடத்தில் வெளி வந்தபோது, பயணிகள் வரிசை பஸ் நிலையத்தில் பாம்பாக நீண்டிருந்தது. பஸ் நிலையத்தில் ஊழியர்கள் திடீர் வேலை நிறுத்தம், பஸ்கள் ஓடாது என்று வதந்தி பரவியது. ஆளாளுக்கு ஆட்டோக்களை நிறுத்தி ரெண்டு மூன்று பேர்களாக, பல்லிகளைப் போல் ஒட்டிக்கொண்டு விரைந்து கொண்டிருந்தனர்.

சட்டெடன ஒரு ஆட்டோவை நிறுத்தினேன். அவளை ஏற்றிவிட்டு, நானும் ஏறிக்கொண்டு, நான் போகுமிடத்தைச் சொன்னேன். நடுவில் சற்றே விலகி, ஜூலியை அவள் வீட்டில் விட்டுவிடலாம்.

''ரெண்டாவது பெண் என்ன செய்கிறாள்?நிஷா/நிக்கி..'' பேர் நினைவுக்கு வர முயற்சித்தேன்.

''நிகிதா. அவள் செத்துவிட்டாள் '' என்றாள் ஜூலி உணர்ச்சியற்று.

''எப்போ, எப்படி?'' திகைத்துத் திணறினேன். நான் பத்து வருடம் முன்பு பார்க்கும்போது அவள் பத்தாம் வகுப்பு படித்துக் கொண்டிருந்தாள்.

''எனக்கு செத்துவிட்டாள். காலேஜ் படிக்கும்போது, எங்க கடைக்கு செண்ட்டு சப்ளை பண்ணின ஒரு பையனோட ஓடிப்போயிட்டா... அவன் அபுதாபியில சொந்தமா பிஸினஸ் பண்ணறதா என்னமோ இவகிட்ட கதை விட்டுருக்கான். இன்னும் பணம் இருந்தா பெருசா வியாபாரம் பண்ணலாம்னு சொல்லி இவள நம்ப வச்சிருக்கான். இவ வீட்டுலேர்ந்து நகை, பணம்னு ஒன்றரை லட்சத்துக்கும் மேல எடுத்துக்கிட்டுப் போயிட்டா''

ஆட்டோ சத்தத்திலும், அவள் லேசாக அழுவது கேட்டது. டிரைவர், கண்ணாடியில் பின்னாடி நடப்பதைப் பார்ப்பது எனக்குத் தெரிந்தது.

அவன் வேடிக்கைப் பார்ப்பதைத் தவிர்க்க, ''ஹோலிக்ராஸ் ஹாஸ்பிடல் பக்கம் போங்க'' என்றேன்.

''பணம் போனது ஒரு பெரிய விஷயமில்ல மேன். நாயருக்கு ஒரு லட்சம் கொடுக்கறவ, பெண்ணுக்குக் கொடுக்க மாட்டேனா? இத்தன வருஷம் வளத்தவ பத்தி ஒரு நிமிசம் யோசிக்கலையே அந்தப் பொண்ணு? ஆபீஸ்ல பழகின நாயர் 'ஜுலி, ஒரு லட்சம் வேணும்'னு கேட்ட நம்பிக்கைகூட,பெத்த பொண்ணுக்கு இல்லையே?. நான் அவ்வளவு மோசமானவளா, சொல்லு?''

''இல்லை'' என்று தலையாட்டினேன். தொண்டையில் ஏதோ ஒன்று அடைத்தது.

''எவ்வளவோ தேடினோம். அட்வர்ட்டைஸ்மெண்ட், போலீஸ், எங்க சர்ச் ஆளுங்க... அபுதாபில யார் யாரையோ தொடர்புகொண்டு மூத்த பொண்ணு தேடினா. இதுவரை கிடைக்கலை'' கர்ச்சீப்பை வாயில் வைத்துக்கொண்டு ஜூலி குலுங்கினாள்.

''ப்ளீஸ் ஜூலி, கண்ட்ரோல் யுவர்செல்ஃப்'' என்று சொன்னாலும், அந்தச் சொல் அபத்தமாகவே எனக்குப் பட்டது. நான் யார் அவளை அழாதே என்று சொல்ல? பிரிவின் வலி அவளுக்கல்லவா தெரியும்.?

சட்டென டிரைவரின் தோளைத் தட்டி,'' அந்த பச்சை நிற பில்டிங் வாசல்ல நிறுத்து'' என்றாள்.

''ஜூலி, உன் வீட்டுலயே இறக்கி விட்டுடறேன். இங்கேருந்து நீ ஒரு கிலோமீட்டர் நடக்கணுமே?''

''பரவாயில்ல. நீ ...நீ .. வீட்டுக்கு வரவேணாம்''

அதிர்ந்துபோனேன். ஒரு கோபம் பொங்கியெழ '' உன் நன்மைக்குச் சொன்னேன். நான் ஒண்ணும் உன் வீட்டுக்கு வரணுங்கற எண்ணத்துல சொல்லலே'' என்றேன்.

''ப்ளீஸ் புரிஞ்சுக்கோ. நீ என் பையன் மாதிரி. ஆனா, ப்ளடி சொசயிட்டி அப்படி நினைக்காது. எல்லார்கிட்டயும் வெளிப்படையா நான்

பேசறதுனாலதான் எம்பொண்ணு ஓடிப்போனான்னு என் காதுபடவே சொல்றாங்க. சர்ச்சுல நான் உக்கார்ற இடத்துக்கு முன்னாலயும் பின்னாலயும், கிசுகிசுன்னு பேச்சு... வேணாம். இன்னும் நான் கேக்க விரும்பலை''

நான் இயந்திரம் போல இறங்க, பின்னே இறங்கிய ஜூலி, நடுங்கும் கைகளால் என் கைகளைப் பற்றினாள். அவள் உதடுகள் துடித்துக் கொண்டிருந்தன.

''என் பொண்ணு என்னிக்காவது வருவாங்கிற நம்பிக்கை எனக்கு கொஞ்சம் கொஞ்சமா போயிட்டிருக்கு. நம்பிக்கைகளிலிருந்து நான் விலகிக் கிட்டிருக்கேன். இந்தச் சமூகத்தின் பேச்சைக் கேட்டு வாழ்கிற தெம்பு சுத்தமா அழிஞ்சு போறதுக்கு முந்தி நான் ஒரு பெட்டிக்குள்ள போயிறணும். அதான் இப்போதைக்கு ஒரே ஆசை, நல்லா இரு'' திரும்பிப் பார்க்காமல், விருவிருவென நடந்தாள் ஜூலி.

காதல், ஓடிப்போதல் என்பதை உயர்த்திக் காட்டும் பெரிய பாலிவுட் போஸ்டர்கள் சாலையோரம் ஒளிர்ந்துகொண்டிருந்தன. அவற்றின் பின்னால், இருளில் கருநிழல் கவிந்து அடர்ந்திருந்தது, பல பெற்றோர்களின் புலம்பல்களைத் தன்னுள் அடக்கியதாக.

''ஓடிப் போன பொண்ணு கேஸா சாப்''? என்றான் டிரைவர் மேற்கொண்டு செல்கையில்.

நான் மவுனமாயிருந்தேன். அவன் தொடர்ந்தான். ''அவள வித்திருப்பான் சார்... லோக்கல்ல விட மாட்டனுங்க. டெல்லி பக்கம் எங்கயாச்சும் ஒரு பார்ம் ஹவுஸ், துபாய்ல அபார்ட்மெண்ட்டுன்னு வச்சு ஒரு மேடம் பாத்துக்குவா. பாஸ்போர்ட்டு அவ கையில இருக்கும். இங்க மீரா ரோடு பக்கம் இப்படித்தான் ஒரு கேஸு..'' அவன் சொல்லச் சொல்ல கண்கள் இருட்டிக் கொண்டு வந்தன. தாக்கம் தனக்கு இல்லையென்றால் என்னெவெல்லாம் ஊர் பேசுகிறது?

இதைக் கேட்பதற்குப் பதில் ஜூலி சவப்பெட்டிக்குள் போகலாம்.

பல நூறு வருடங்களுக்கு முன் ஒரு தாய், ஓடிப்போன தன் மகளைக் குறித்துப் புலம்புகிறாள்.

இரும்புனிற்று எருமைப் பெருஞ்செவிக் குழவி
பைந்தாது எருவின் வைகு துயில் மடியும்
செழுந்தண் மனையொடு எம் இவண் ஒழியச்
செல்பெரும் காளை பொய் மருண்டு சேய் நாட்டுச்
சுவைக்காய் நெல்லிப்போக்கு அரும் பொங்கர்
வீழ் கனடத்திரள் காய் ஒருங்குடன் தின்று
வீசுனைச் சிறுநீர் குடியினள் கழிந்த
குவளை யுண்கண் என் மகளோர் அன்ன,
செய்போழ் வெட்டிய பொய்தல் ஆயம்
மாலை விரி நிலவிற் பெயர்புறங் காண்டற்கு
மாயிருந்து தாழி கவிப்பத்
தாஇன்று கழிக என் கொள்ளாக் கூற்றே''

- நற்றிணை

''புதிதாக ஈனப்பட்ட பெரிய காதுகளை உடைய எருமைக்கன்று தொழுவில் உறங்கும் செழிப்பு உடைய என் வீட்டிலிருந்து , தாமரை போன்ற கண்களுள்ள என் மகள், ஒருவன் சொன்ன பொய்களில் மயங்கி ஓடிப்போனாள். தேடிச்சென்றவர்கள் அவளுடன் திரும்பிவருவதைக் காணவிடாமல் இந்த விதி தடுக்கிறதே? யமன் என் உயிரை பறித்து, உடல் விரைவில் ஒரு தாழியில் இட்டு புதைக்கப்படட்டும்''

11
கரடிக் காமம்

மாலை ஆறுமணியானது, அந்திக் கருக்கலில் தெரியாமற்போனது. சந்திரசேகர், பதட்டத்துடன் செருப்பை அணிய முயல, அது சறுக்கி விலகி எங்கோ போனது. அவசரமாக அதைத் துரத்தி அணிந்து, சரக் சரக்கென வேகமாய் நடந்தான் சேகர். வேதநாயகம் உரையாடலைத் தொடங்கியிருப்பாரோ?

"வா, சேகர்" என்றார் வேதநாயகம், பொய்ப்பல் செட் பளீரெனத் தெரிய, "லேட்டு போலிருக்கு இன்னிக்கு?"

"சாரி. கல்யாணிகூட ஒரு சின்ன சண்டை. டிஸ்டர்ப் ஆயிட்டேனா, மறந்துபோச்சு" ப்ளாஸ்டிக் சேர்களில் அமர்ந்திருந்த ஜேம்ஸ் சிரிப்பதாக நினைத்து, குதிரை போலக் கனைத்தார். பாலாமணி டீச்சர் இன்னும் வரலை என்பதை சேகர் உணர்ந்தான்.

"இன்னிக்கு நாம மூணுபேர்தான் இருக்கம். ரசூல் ஒருவாரம் வரமுடியாதுன்னுட்டான். டூர் போறானாம்" வேதநாயகம் மூன்று பீங்கான் குவளைகளில் டீயை நிரப்பினார்.

"எந்தக் கதாநாயகனாவது பொண்டாட்டிகிட்ட சண்டை போட்டதா இலக்கியம் சொல்லுதா அய்யா? அப்ப, அது எப்படி காலம் காட்டும் கண்ணாடின்னு சொல்ல முடியுங்கேன்?" ஜேம்ஸ் தொடங்கி வைத்தான்.

"அதென்ன ஜேம்ஸ்? சிலப்பதிகாரத்துல, கானல் வரிப்பாடல் சொல்லுதே?, அங்கதான கோவலனுக்கும் மாதவிக்கும் பிரிவு வந்தது?"

க.சுதாகர்

''ஹ...'' என்றார் ஜேம்ஸ், முன் நெற்றியைத் தடவியபடி ''அவங்க கணவன் மனைவியாய்யா? சும்மா சேந்து வாழ்ந்தாங்க. இப்ப சொல்றா மாதிரி லிவ் இன் ரிலேஷன்ஷிப். கணவன் மனைவின்னா கோவலன் -கண்ணகியில்லா சொல்லணும்?''

''அட, மாதவிகிட்ட சண்டை போட்டுப் போனதுனாலதான அவன் கொலையுண்டு போனான்?'' என்றான் சேகர்.

''அப்ப கீப்புகிட்ட கூட சண்டை போடக் கூடாதுங்கீங்க?'' ஜேம்ஸ் சீண்டினான். வாசலில் நிழலாடியது.

சேகர் ஜேம்ஸை ஆழமாகப் பார்த்தான். ஜேம்ஸுக்கு இலக்கியமெல்லாம் பரியச்சமில்லை. சும்மா ஒரு வெட்டிப்பேச்சுக்கு கூட்டத்தில் கலந்துகொள்கிறான். கடும் உழைப்பில், அலைச்சலில் முப்பது வயதிற்கு அவன் நாற்பதாகத் தெரிந்தான். இரு வருடங்களுக்கு முன்புதான் திருமணம் நடந்தது. திருமண மண்டபத்தில், எஸ்தர் இவனுக்கு மகள் போலிருந்தாள். வேதநாயகத்தின் அண்டை வீடு என்பதால் , நெருக்கம் அதிகம்.

வேதநாயகம் தில்லியில் ஏதோ செண்ட்ரல் கவர்மெண்ட் பணியிலிருந்து ஓய்வு பெற்றவர். மதுரையில் சொந்த வீட்டில் குடிவந்த இரு மாதத்திலேயே, அவர் மனைவி இறந்துவிட, தனியராக வசித்துவந்தார். பேஸ்புக்கில் பழக்கமான நண்பர்களை சந்திப்பது, அவர்களோடு இலக்கியம் பேசுவது என்று பொழுதைக் கழிப்பவர். வாராவாரம் அவர் வீட்டில் இலக்கிய உரையாடல் நடக்கும்.

வேதநாயகம் புன்னகைத்தார் ''ஜேம்ஸ், சும்மா மேலோட்டமா இலக்கியம் பேசக் கூடாது. கொஞ்சம் உள்ள போனாத்தான், அதிலுள்ள உளவியலெல்லாம் புரியும். மணிமேகலையில ஆதிரை பிச்சையிட்ட காதைன்னு படிச்சிருக்கியா?''

''இல்ல'' என்று தலையசைத்தான் ஜேம்ஸ். சேகர் நெளிந்தான். இதோட ரெண்டு தடவை செல்போனில் கல்யாணி அழைத்துவிட்டாள்.

ஜேம்ஸுக்கு ப்ரச்சனையேயில்லை. அவன் வீடு அடுத்த வீடுதான் என்பதால் எந்த நேரம் எஸ்தர் அழைத்தாலும் போய்விட முடியும். இந்த சந்திப்பை முடித்துக்கொண்டு இப்பவே எழுந்துப் போய்விடலாமா? என்று நினைத்துக்கொண்டிருக்கையில் வேதநாயகம் பேசத் தொடங்கினார்.

''மணிமேகலைக்குக் கிடைச்ச அட்சய பாத்திரத்துல முதல் பிச்சை போடறது ஒரு கற்புக்கரசியா இருக்கணும். அப்பத்தான் பாத்திரம் எப்பவும் உணவு கொடுத்துகிட்டே இருக்கும். மணிமேகலா தெய்வம் ஆதிரைன்னு ஒருத்தி கதையச் சொல்லுது. அவ புருசன், சாதுவன் என்கிறவன் அவளை விட்டுப் பிரிஞ்சு பணத்தையெல்லாம் தொலைச்சு, பொருளீட்டுவதற்குக் கப்பல்ல போறான். கப்பல் முங்கிருது. இதெல்லாம், நல்ல மனைவியைப் பிரிஞ்ச பாவத்தின் சம்பளம் இல்லையா?''

''அவ கற்புக்கரசியா இருந்தா, அவன் பிழைச்சிருக்கணும்ல?''

''ஜேம்ஸ். நல்லாயிருக்கே! அவன் பிழைக்கணும்னா அவ கற்போட இருக்கணும். ஆனா அவன் என்ன வேணும்னாலும் செய்யலாம், என்ன?!'' விவாதம் சூடாவதை உணர்ந்த சேகர் இடைமறித்தான்.

''இதப்பத்தி அப்புறம் பேசுவம் சார். சாதுவன் என்னானான்?''

''சாதுவன் நீந்தி, காட்டு மனுசங்க வாழற ஒரு தீவுல ஒதுங்கறான். அவனை அவங்க பிடிச்சு, தலைவன்கிட்ட கொண்டு போறாங்க. அந்த இடம் எப்படி இருந்துச்சின்னா....

''கள்அடு குழிசியும் கழிமுடை நாற்றமும்

வெள்என்பு உணங்கலும் விரவிய இருக்கை''

கள்ளை ஒரு குடுகையில நிரப்பி வச்சிருக்கான். பச்சை இறைச்சியின் நாற்றம் வருது. இறந்த விலங்குகளின் உலர்த்தப்பட்ட வெண்மையான எலும்புகள் போடப்பட்ட இருக்கை - அதுல அந்த தலைவன் அமர்ந்திருக்கான்''

''அங்.! அவங்க இருக்கற இருப்பை மட்டும் சொல்லிட்டு விட்டா எப்படி? அவங்களுக்குன்னு ஒரு வாழ்க்கை இருக்குமுல்ல?

அவனுக்குன்னு ஒரு ஒழுங்கு இருக்கும். அதத்தான் பேசணும்.'' என்றான் ஜேம்ஸ்.

''ஹ... ஹ...'' சிரித்தார் வேதநாயகம். ''இந்த ஒழுக்கமெல்லாம் அவரவர் பார்வைக்கு ஏத்தபடி மாறும். எனக்கு ஒழுக்கமாத் தெரியறது, உனக்கு ஒழுங்கீனமாத் தெரியும். அந்தத் தலைவன் இருப்பைச் சொன்னாத்தானே, உனக்கு அவன் கூட்டம் ஒழுங்கீனமா, அருவெறுப்பாத் தெரியும்? அந்த இருக்கையில, தலைவன், ஒரு பெண்ணோட இருக்கான். அதுவும் எப்படி... ஆண்கரடி, காமத்துல பெண் கரடியோட கூடி இருப்பதைப்போல'ங்கறாரு.

''எண்குதன் பிணையோ டிருந்ததைப் போல

பெண்ணுடன் இருந்த பெற்றி''

எண்கு-ன்னா ஆண் கரடி. பிணைன்னா பெண் கரடி. ஏன் கரடிக்காமம்? இதுதான் சூட்சுமம்'' வேதநாயகம் டீயை உறிஞ்சினார். சேகர் முன்னே குனிந்து அவரை ஆர்வமாகப் பார்த்தான்.

''அதென்ன கரடிக்காமம்?'' என்றான் சேகர்.

''யானைப் புணர்வு, மான் புணர்வுன்னு சொல்லிப் போயிருக்கலாம். கரடி? அது பாடல்கள்ல வர்றது அரிது. அதோட ஆச்சரியம், அது கூடியிருக்கிற நிலையைப் பத்திச் சொல்றது. கரடியிருக்கே? அது இனப்பெருக்கக் காலத்துல, பெண்கரடியோடு அடிக்கடி புணரும். சில நேரம் ஒரே நாள்ல இருபது தடவை... அன்றில், அன்னம் போல காதல்னு சொல்லமுடியாது. தீராக் காமம். அடித்தள உணர்வான, வெக்கமற்ற காட்டு வெறிக் காமம். அதுமட்டும்தான். 'அது மாதிரியான காமத்துல ஒரு பெண்ணோடு... அனைவரும் காண அவன் இருந்தான்'ங்காரு. இது ஒழுக்கமற்ற நிலைன்னு இல்லாம, கீழான ஒழுக்க நிலை-ன்னு எடுத்துக்கணும்''

''சாதுவனுக்கு என்னாச்சு?'' என்றான் ஜேம்ஸ், கதைகேட்கும் ஆர்வத்தில்.

''அவன் கடல்ல செத்துப்போயிட்டான்னு தப்பி வந்தவங்க சொல்ல, ஆதிரை தீக்குளிக்கப் பாக்கறா. தீ அவளச் சுடாம இருக்கு. சாதுவன் இன்னொரு கப்பல்ல ஊருக்கு வந்து சேர்றான். இப்படி திரும்பி வர்றதுக்கு ஆதிரையோட கற்பு நெறி காரணம்ங்கறாரு புலவர்''

எஸ்தர் அழைக்க, ஜேம்ஸ் எழுந்து போனான். '''என்னமோ மெட்ராஸ்ல பிலிம் எடுக்கப் போறேன்னு சொல்லிட்டுத் திரியறாம்பா இந்த ஜேம்ஸு. நீயாச்சும் சொல்லிப் பாரு. நாஞ்சொன்னா கேட்கமாட்டான்'' என்றார் வேதநாயகம்.

ரசூல் இரு வாரங்கள் கழிந்து வந்தபோது 'ஜேம்ஸ், குடும்பத்தோட மெட்ராஸ் போயிட்டான்'' என்ற செய்தியைச் சொன்னான்.

ஆறு மாதம் கழிந்தபின், ஒரு மாலையில் அலைபேசி சிணுங்கியது. ரசூல் '' சேதி தெரியுமா? ஜேம்ஸ் ஓடிப்போயிட்டானாம்''

''என்ன?'' திகைத்தான் சேகர் ''மெட்ராஸ்லதான இருந்தான்.?''

''கடன் தொல்லை. எல்லார்கிட்டயும் பத்தாயிரம், ஐம்பதாயிரம்னு வாங்கி ஒரு பிலிம்ல போட்டிருக்கான். படம் முடங்கிப்போச்சு. ஆட்கள் பைசா கேக்கறாங்க. வேலைய எப்பவோ விட்டு நின்னாச்சு அவன். ஸோ...''

''அப்ப அவன் மனைவி? பிள்ளைங்க?''

''பிள்ளைங்க ஏது? எஸ்தர் அங்க ஏதோ ட்ராவல்ஸ் கம்பெனியில வேலை பாக்கறதாச் சொன்னாங்க. தெரியாது''

இருநாட்கள் கழித்து, உரையாடலை முடித்துக் கிளம்பும்போது வேதநாயகம் அவனை நிறுத்தினார்.

''ஜேம்ஸூ, எங்கிட்ட இருபதினாயிரம் ரூபாய் வாங்கிட்டுப் போயிருக்கான். நீ மெட்ராஸ் போனேன்னா, அவங்கிட்ட அனுப்பி வைக்கச் சொல்லு, அந்தப் பொண்ணுக்குத் தெரிய வேண்டாம், என்ன? எஸ்தர், கண்ணகி மாதிரி. செயினைக் கழட்டிக் கொடுத்தாலும் கொடுத்துறும். மானஸ்தி''

''சரி''என்று தலையசைத்து வந்தான் சேகர். இவருக்கு ஜேம்ஸ் பத்தின உண்மை தெரியாதோ? சொல்லவேண்டாம்.

ஒரு வாரம் கழித்து அவன் சென்னை போக நேர்ந்ததில், ஜேம்ஸ் நினைவு வந்தது. அவனது பழைய அலைபேசி எண்ணுக்கு 'எங்க இருக்கப் போறான்?' என்ற அவநம்பிக்கையிலேயே அழைத்தான்.

''ஹலோ'' என்றது ஒரு பெண்ணின் குரலில். சேகர் தயங்கி '' இது ஜேம்ஸ் நம்பரா? நான் மதுரைலேர்ந்து சந்திரசேகர் பேசறேன்''

தயங்கியது மறுமுனை '' நான் எஸ்தர். அவர் இல்ல. என்ன வேணும்?''

''இல்லம்மா'' அவனும் தயங்கினான்... எப்படிச் சொல்ல? அவளே கேட்டாள். ''உங்ககிட்டயும் பணம் வாங்கியிருக்காரா?''

''இல்ல, வேதநாயகம் சார்கிட்ட''

''சார் கிட்டயா?'' அவள் திகைத்தது தெரிந்தது. அவன் சொல்லச் சொல்ல அவள் அமைதியாகக்கேட்டாள். ''வீட்டு அட்ரஸை எஸ் எம் எஸ்ல நாளைக்குக் காலேல அனுப்பறேன். சாயங்காலம் நாலு மணிக்கு வாங்க. வேதநாயகம் சார் பைசாவைப் கொடுத்திடறேன் ''

''இன்று இனிமே என்ன செய்யலாம்?''என்று சிந்தித்தபோது, ஹைதராபாத்தில் இருக்கும்போது கூட வேலை பார்த்த பவன் குமார் நினைவுக்கு வர, அலைபேசியில் அழைத்தான்.

''வீட்டுக்கு வந்துரு சேகர். ராத்திரி டின்னர் எங்க வீட்டுல''

பவன்குமாருடன் கதைகள் பேசி , காலாற நடை செல்லலாமென லிஃப்டில் இறங்கியபோது, யாரோ இடிக்க, தள்ளாடி நிலைகுலைந்தான்.

''ஸாரி'' என்ற அந்த மனிதன், தள்ளாடி லிப்டில் நுழைந்தான்... ஒரு பெண்ணை அணைத்தபடி. லிஃப்டின் கதவுமூடும் போது கணநேரம் பார்த்ததில்... இவள்... இவள் ?

''பேரு தெரியாது. வீட்டு ஓனர் இவன். அவ இங்க தங்கியிருக்கா'' கண் சிமிட்டினான் பவன்.

''என்ன வேலை தெரியாது. நேரம் காலம் இல்லாம வருவா, போவா. இவன் மட்டும் இங்க வருவான். ஒண்ணு கீப்பா இருக்கணும். இல்ல அயிட்டம் கேஸா இருக்கும். நமக்கென்ன, இந்த அபார்ட்மெண்ட்ல யார் யார் என்ன செய்யறாங்கன்னு பாக்கறதா நம்ம வேலை?''

பவன்குமாரிடம் விடைபெற்றுக் கிளம்புகையில் மணி பத்தாகி விட்டிருந்தது. காவலாளியிடம் துருவிக்கேட்டு, அவள் வீட்டை அறிந்தான். கொசுக்கடியைப் பொறுத்துக்கொண்டு பூங்காவின் பெஞ்ச்சில் காத்திருந்தான்.

பதினோரு மணியளவில் மேலும் பொறுக்க முடியாமல், வீட்டின் கதவைத் தட்டினான்.

கதவைத் ஒரு பாதி திறந்தவள் முகம் சுருக்கினாள் ''யெஸ்? யாரு வேணும்?''

''நான் சேகர், எஸ்தர்''

வீட்டின் வரவேற்பறையில் ஐந்து நிமிடம் இருவரும் பேசாது அமர்ந்திருந்தனர்.

''கடன் நெருக்கடி, அதோட வீட்டுல வந்து அவங்க கேட்க ஆரம்பிச்சாங்க. என் நகை, அவரு பைக்கு... எல்லாத்தையும் வித்தாரு. அப்படியும் முடியல. வீட்டு வாசல்ல நின்னு கத்த ஆரம்பிச்சாங்க. அவமானம் பொறுக்க முடியாம, ஒருநாள் என்னையே அடமானம் வச்சுட்டேன்... வைக்க வச்சுட்டாங்க''

சேகர் பேசாது அவளை வெறித்துப் பார்த்திருந்தான்.

''வேற வழியில்ல. மானத்தைக் காப்பாத்த மானத்தை விக்கத்தான் வேண்டியிருந்துச்சு. விசயம் தெரிஞ்சு போய் ஜேம்ஸ் சொல்லிக்காம எங்கயோ போயிட்டாரு. அவரை நான் குத்தப்படுத்தல. எனக்கு அவர் நிலமை புரியுது'' குனிந்து தரையைப் பார்த்துக் கொண்டு பேசியவள், நிமிர்ந்து அவனை நோக்கித் தொடர்ந்தாள்.

''கடன் இன்னும் இருந்துச்சு. பெரிய அமவுண்ட். ஏதோ ஒரு அழுகிய பொணத்தைக் காட்டி, இதுதான் ஜேம்ஸுன்னு என்னைச் சொல்லச் சொன்னாங்க. இன்ஷ்யூரன்ஸ் கொஞ்சம் வந்துச்சு. அதுல கடனை அடைச்சுட்டேன். ஆனா, மேற்கொண்டு வாழ்க்கைக்கு?''

''ஜேம்ஸ் இன்னும் உயிரோட இருக்கானா?''

''ராஜமுந்திரி பக்கம் பாத்ததா யாரோ சொன்னாங்க. என்னைப் பொறுத்தவரை அவர் செத்திருந்தா நல்லது. எவன் எவனோட காமத்தீக்கெல்லாம் என் உடம்பு இரையாக ஆயாச்சு. இனிமே அவரு வந்தாக்கூட வாடிக்கையாளராத்தான் வரணும்'' எழுந்து ''வாங்க'' என்றபடி உள்ளே போனாள்.

சேகர் வீட்டின் உட்புறம் புகுந்தான். திறந்திருந்த அறையொன்றில் மங்கலாக ஒளி படர... படுக்கையறை... 'குப்' என்ற மது நெடி. மெத்தையில் பீங்கான் தட்டுகள் பரந்து கிடக்க, அதில் இறைச்சி கடித்து எடுக்கப்பட்ட, மீதி எலும்புத்துண்டுகள் இறைந்து கிடந்தன. மெத்தையில், கரிய உருவமொன்று, தொப்பை மேலெழ மூச்சு விட்டு உறங்கிக் கிடந்தது... கரடி ''எண்கு தன் பிணவோடு இருந்தது போல...''

''கள்அடு குழிசியும் கழிமுடை நாற்றமும்

வெள்என்பு உணங்கலும் விரவிய இருக்கை''

கள்ளும், இறைச்சியும், பெண்ணும் நுகர்வதற்கே என்பதான கரடிக்காமத்தில், கற்புக்கு என்ன அடையாளம்?

''நான் சீதையோ, கண்ணகியோ, சார் அடிக்கடி சொல்கிற ஆதிரையோ இல்ல'' எஸ்தரின் கிசுகிசுத்த குரலில் திடுக்கிட்டு நிமிர்ந்தான். அவளது நீட்டிய கையில் பருமனான ஒரு தங்கச்சங்கிலி.

''இத வித்து, நாளைக்கு சாரோட பணத்தைக் கொடுக்கலாம்னு இருந்தேன்''

அவன் கையில் சங்கிலியைத் திணித்தாள். ''சார்கிட்ட , நான் நல்லா இருக்கேன்னு சொல்லி வைங்க. அவர் நினைப்புல நான் ஆதிரையாகவே

இருந்துட்டுப் போறேன். புருசன் செத்துப் போனான்னு கேட்டு தீயைச் சுட்டா அவ. சாகாத புருசன் செத்துட்டான்னு, காமத்தீயிலச் சுட்டு கருகறேன் நான். ஒற்றுமை ரெண்டு பேருக்கும் ஒண்ணுதான் - புருசன் சரியில்ல''

''ஜேம்ஸ் வெளிய போயிருந்தான், பணத்த எஸ்தர் கொடுத்தா'' என்றான் சேகர் சுருக்கமாக வேதநாயகத்திடம்..

''அட! எஸ்தரைப் பாத்தியா? எப்படியிருக்கா?'' என்றார் வேதநாயகம் ஆர்வமுடன்.

''காப்பியங்கள்ல வர்ற பெண்கள் மாதிரி'' என்றான் சுருக்கமாக.

''அஹ்! கோவலன் கண்ணகி துன்பமா முடிஞ்சுப் போச்சு. அவன் சாதுவன் இல்ல. ஆனா அவ ஆதிரைதான். அவ போட்ட அட்சயபாத்திரப் பிச்சையா இத எடுத்துக்கறேன்'' என்றார் வேதநாயகம், ரூபாய் நோட்டுகளைக் கையில் எடுத்தபடி.

சேகர், கண்கள் கலங்கத் திரும்பி நின்றுகொண்டான்... இருபதாயிரத்துக்கு ஒரு மொபைல் வாங்கித் தொலைத்தாகத் கல்யாணியிடம் சொல்லிக் கொள்ளலாம். சங்கிலி எஸ்தர் வீட்டுப் பூஞ்சாடியில் பத்திரமாக இருக்கும்.

12
ஆடுகளம்

ஜிம்மில் வழக்கம்போல, நண்பன் மனீஷ் ட்ரெட்மில்லில் ப்ரோக்ராம் செய்து தந்தான். "இன்னிக்குக் கொஞ்சம் ஸ்பீடும் கூட்டியிருக்கேன். நெஞ்சு வலிச்சா உடனே சொல்லு என்ன?" நான் புதிதாக ஜிம்மில் சேர்ந்ததில் மனீஷுக்குப் பெரும் பங்கு உண்டு. எப்படியும் வியர்க்க ஓடினால், சர்க்கரை நோய் பறந்துவிடும் என்று சத்தியம் செய்து தந்திருந்தான். இன்று ஆறாவது நாள்.

வியர்க்க வியர்க்க ஓடிக் கொண்டிருந்தவன், கால் வலியை மறக்க சற்றே நிலைக் கண்ணாடியில் பார்க்க, பின்னே ஒரு சைக்கிளில் பயிற்சி செய்துகொண்டிருந்த பெண் கண்ணில் பட்டாள். ஸ்லிம்மான, கட்டான உடல். மிகவும் டிப்பிகலான வட்டமான பெங்காலி முகம். பெரிய கண்கள்.

அவள் சிறிய பூத்துவாலையில் கழுத்தைத் துடைத்தபடியே, பயிற்சி கொடுப்பவரிடம் ஏதோ சிரித்துப் பேசிக் கொண்டிருந்தாள். பார்த்துக் கொண்டிருந்தவன், திடீரென வேகம் கூடியதைக் கவனியாமல் தடுமாறிவிட்டேன். மனீஷ் பார்த்துவிட, சற்றே அசடுவழிந்து சமாளித்தேன்.

"பாத்து, ஜொள்ளு விடாம வீட்டுக்கு ஒழுங்காப் போய்ச் சேரு"

சட்டெனக் கோபம் எழ "அவ யாராயிருந்தா என்ன? இங்கதான் நிறைய டி.வி.நடிகைகளையும், மாடல்களையும் பாக்கறோமே? இவ என்ன பெரிய அழகியா?" என்றேன்.

''சுபாங்கியைப் பாத்துட்டு சும்மா போனவன் குறைவு மச்சான். அவ பக்கத்துல இப்ப ஒருத்தன் இருக்கான் பாரு'' என்று கிசுகிசுத்தான் மனிஷ்.

பெரிதாகத் தொந்தியுடன் ஆறடி உயரத்தில் ஒரு வட நாட்டவன் அவளருகே நின்று பேசிக்கொண்டிருந்தான். அவளை அணைத்து முத்தமிட்டுப் பின் அவன் நிலை சைக்கிள் ஒன்றில் ஏறினான்.

''அவர் இப்ப ஓடிக்கிட்டிருக்கிற பிரபல மாமியார் மருமகள் சீரியலோட இயக்குனர். இப்ப ஒரு லீடு ரோல்ல இருக்கற பெண்ணை எடுத்துட்டு சுபாங்கியைப் போடப் போறாங்களாம்'' மனீஷ் பிலிம் சிட்டியினுள் பல செட்டுகளில் காண்ட்ராக்ட்டுகள் எடுத்தவன். அவன் சொன்னால் சரியாகத்தான் இருக்கும்.

'' இந்த ரோலுக்கு அவ ஒரு வருஷமா அலைஞ்சா. ரெண்டு தடவை அவர் பார்ட்னரோட கோவா, டெல்லியில ஃபார்ம் ஹவுஸ், அப்புறம் இவர்கூட தொடர்பு கிடைச்சதும், ஸ்பெயின்ல பத்துநாளு...''

அவள் வெளியேறும்போது நானும் மனீஷூம் எனது காரில் ஏறிக்கொண்டிருந்தோம். ஸ்கூட்டியில் வந்த ஒருவன் அவளிடம் ஏதோ பேச, அவள் அவன் பின் ஏறிக்கொண்டாள்.

'' அவதான் அவ புருசன்'' என்றான் மனீஷ் சீட் பெல்ட் அணிந்தவாறே. நான் அவனை அவன் சொசயிட்டியில் இறக்கிவிட்டுப் போனேன். மும்பையில் பிலிம் ஸிட்டியின் அருகே இருந்துவிட்டு, இதற்கெல்லாம் ஆச்சரியப்பட முடியாது. எங்கள் அபார்ட்மெண்ட்டிலேயே இரு பெண்கள் இருந்தனர். சீரியலில் வருவார்கள் என்று சொன்னார்கள். பின்னர் ஓபராய் அபார்ட்மெண்ட்டில் 1 கோடி ரூபாய்க்கு வீடு வாங்கி சென்றுவிட்டனர்.

அடுத்த நாள் ஜிம் பயிற்சியாளர் எனது ட்ரெட்மில்லின் ப்ரோக்ராமை சரிசெய்தபோது அவள் உள்ளே வந்தாள். ஒரு கற்றை ரூபாய் நோட்டுகளை அவனிடம் கொடுத்துவிட்டு மெலிதான குரலில் '' ரிசீப்ட் அப்புறம் வாங்கிக்கறேன்'' என்றாள். என்ன குரல்?! என்ன உடல் வாகு?! எப்படி இவள் இன்னும் ஒரு பெரிய ஹீரோயினாக வரவில்லை?

சுபாங்கி சீக்கிரமே சென்றுவிட, பயிற்சியாளரிடம் பேச்சு கொடுத்தேன். '' இவள் இதன் முன் இங்கு வந்ததில்லையே?''

''நேத்திக்கு வந்த டைரக்டர் இவளோட ஜிமுக்கு பைசா கொடுத்திருக்காரு. எல்லாம் கறுப்புப் பணம். அடுத்த மாசம் ஷூட்டிங் தொடங்குது. அதுக்கு முந்தி இன்னும் உடல் குறையணுமாம்'' சிரித்தார். பின்னர் தொடர்ந்தார்.

''இவ வீட்டு வாடகை இன்னொருத்தன் கொடுக்கறான். மளிகை ஒருத்தன். காரு பழைய டைரக்டரோடது. இப்ப புதுசா டயோட்டா வந்திருக்கு''

''அவ புருஷன் , ஸ்கூட்டியில வர்றான்?'' என்றேன். இன்னும் பத்து நிமிடம் ட்ரெட்மில்ல ஓடணும். அதன்பின் வியர்வை அடங்கியதும் கிளம்பிவிடலாம்.

''அவன் இவ புருஷன் இல்ல. இவளோட பாதுகாவலன்னு வச்சுக்கலாம். அவனும் டீ.வி ஆக்டர்தான். சிஐடி சீரியல்ல முந்தி வருவான். இப்ப மார்க்கெட் மப்பா போவுது அவனுக்கு. இவ பாத்துக்கறா''

''அட பரவாயில்லையே?'' வியந்தேன்.

''சுபாங்கிக்கு ஊர், வங்காளத்துல ஒரு கிராமம். ஒருத்தன நம்பி ஊர்லேந்து கல்கத்தாவுக்கு ஓடிப் போயிட்டா. அவன் தலைமறைவாயிட்டான். அங்கேயிருந்து ஊர் போக முடியாம, அவன் மும்பையில பிலிம் சிடியில சின்ன சின்ன வேசத்துல நடிச்சுக்கிட்டிருக்கான்னு தெரிஞ்சு இங்க வந்தா.. அவன் , இவளத் தெரியவே தெரியாதுன்னு சாதிச்சிட்டான். இவ, சீரழிஞ்சு , ரெண்டு வருஷமா பலரோட இருந்து... இப்ப அவளும் ஒரு நடிகை. இங்க அவ புருசன்கிட்ட அவளைக் கூட்டிட்டு வந்தவந்தான் நீங்க ஸ்கூட்டில பாத்தது. அவனுக்கு குடும்பம் இருக்கு. இவ அவனோட இருக்க முடியாது. ஒருத்தருக்கு ஒருத்தர் உதவியா இருந்துக்கறாங்க''

மெல்ல மெல்ல ட்ரெட்மில்லின் வேகமும் கூடியது. மூச்சு இரைக்கத் தொடங்கியது.

''எல்லாம் ஆக்டர்கள்தான் சார். ஒருத்தன் புருஷனா நடிச்சான். ஒருத்தன் புருசனா வாழ்ந்தான். அவ பலருக்கு பல மாதிரியா நடிச்சிக்கிட்டிருக்கா. ஒருத்தனுக்கு மட்டும் அன்பான மனைவியா , கட்டாத பொண்டாட்டியா வாழ்ந்துக்கிட்டிருக்கா. அதுவும் ஒருநாள் நடிப்புன்னு ஆகும்''

பயிற்சியாளர், வேகத்தைக் கூட்டினார். ''அஞ்சு நிமிசம் இதே ஸ்பீடுல ஓடுங்க. ஆட்டோ கூல் ஆஃப்-க்குத் தானா போயிடும்'' அவர் நகர்ந்து போக, நினைவுக்கு வந்தது ஓர் சொல்.

ஆடுகளம். ஆடுகள மகள். ஆடுகள மகன். கூத்து ஆடும் பெண், கூத்தாடி.

கிராமத்துக் குடும்பப் பெண், காதலால் வீடு நீங்கி, தன் வாழ்வில் நடித்த ஓர் நடிகனைத் தேடிப்போய், தானும் நடிகையாகி, தன்னைக் காத்தவனோடு வினோத உறவு கொண்டு நிஜமாக வாழ்வது என்பது நிஜமா, நடிப்பா? எது ஆடுகளம்? எது கூத்து?

''மள்ளர் தழீஇய விழவினாலும்

மகளிர் தழீஇய துணங்கையானும்

யாண்டும் காணேன் மாண் தக்கோனை

யானுமோர் ஆடுகள மகளே, என்கைக்

கோடீஈர் இலங்குவளை நெகிழ்த்த

பீடுகெழு குரிசிலும் ஓர் ஆடுகள மகனே.''

- ஆதி மந்தியார், குறுந்தொகை

13

சிவகாமி

''என்னங்க''

ஆரம்பித்து விட்டாள். எரிச்சல் மெல்லக் கிளம்பியது நடராசனுக்கு. எத்தனை தடவை சொல்வது?

''என்னடி? பம்பாய் போணும், டிக்கட் போடுங்க... அதானே?''

சிவகாமி மவுனித்தாள்.

''ஒன்னு தானாத் தெரியணும். இல்ல சொன்னாப் புரியணும். ரெண்டும் கிடையாது ஒங்கிட்ட''

''பொண்ணப் பாக்கணும்னு சொல்றது தப்புங்கறீங்க. என்ன மனுசனோ. கட்டிட்டு, மாரடிக்கறேன்''

''பல்லு பேந்துடும். சவமே. மாரடிக்காளாம். நான்ல இங்க ஒன்னோட நாளொரு வியாதி, பொழுதொரு வைத்தியன்னு ஆடிட்டிருக்கேன். என் நிலையில வேறெவனாச்சும் இருந்தா , எப்பவோ இழுத்துத் தெருவுல போட்டிருப்பான்'' நடராசன் சீறினார்.

கேவல் ஒலி கேட்டது. அதன் பின் அழுகையோடு கீச்சிட்ட குரலில் அவள் புலம்பத் தொடங்கினாள்.

நடராசன் வெளியே வந்தார். இனி ஒரு மணி நேரம் எங்கயாவது போயே ஆகணும். அதுவரை புலம்பித் தள்ளிவிடுவாள்.

ஒரு வருடம் இருக்குமா? போன ஆடியில விழுந்தாள். ஆடி அமாவாசையில் ஏதோ கோயிலுக்குப் கிளம்பும்போது, பாத்ரூமில்

வழுக்கி காலில் அடிபட்டதுதான் ஆரம்பம். அதிலிருந்து கால் வீக்கம், சுகர், ப்ளட் ப்ரஷர் என்று ஒன்றுபின் ஒன்றாக எல்லாம் வந்து, இப்போது...

நடராஜனுக்கு சட்டென சிவகாமி மீது ஒரு இரக்கம் மேலெழுந்தது அவளும் பாவம் என்னதான் செய்வாள்? நாமாவது வெளியே காலாற நடந்து, முருகன் டீ சென்டரில் ஒரு காபி உறிஞ்சிவிட்டு, பொது நூலகத்தில் அன்றைய பேப்பர்களைப் புரட்டிவிட்டு ''இந்த நாடு வெளங்குமாவே?'' என்று தொடங்கும் அந்தோணி நாடாரின் மரக்கடையில் கொஞ்சம் இருந்து, அவரது கணக்குகளைச் சரி பார்த்துக் கொடுத்துவிட்டு, மெல்ல நடந்து மேலக்கரை வழியே முருகன் கோவிலுக்குப் போய்விட்டு வீட்டிற்குப் போக முழுசா ரெண்டு மணி நேரம் ஆகும். அவள் கொட்டு கொட்டென்று அதே ரூம், அதே படுக்கையென்று இருப்பதில் மனசு பேதலிச்சுத்தான் போகும்.

அவள் பம்பாய் போணுமென்று கேட்பது தவறு என்பதை எப்படிச் சொல்ல? தன்மீதே ஒரு குழப்பத்திலும், சுய பச்சாதாபத்திலும் 'உச்' கொட்டினார். அருகில் நடந்து சென்றவர் வினோதமாகப் பார்த்ததைக் கவனியாது போல தலை குனிந்து நடராஜன் நடந்தார்.

''அகிலா பி.ஈ படிக்கும்போதும் சரி, டி.சி.எஸ்ல வேலை பாக்கும்போதும் சரி, சிவகாமி கூடவே இருந்தா. அது சரி. முன்னே வந்த மோட்டார் சைக்கிளின் பளீரென்ற விளக்கொளியில் வெலவெலத்துச் சற்றே கண் சுருக்கினார். பாடையில போறவன், இப்படியா மேல முட்டற மாதிரி வண்டியோட்டறது?'' திட்டிக் கொண்டே சிந்தனையைத் தொடர்ந்தார்.

அகிலாவுக்குத் திருமணம் நடந்தபின் மும்பையில் அந்தேரி பக்கம் மாப்பிள்ளை வாங்கியிருந்த வீட்டில் இருவரும் சென்று ஒரு மாதம் பெருமை பொங்க இருந்துவிட்டு வந்தனர். கிட்டத்தட்ட ஒரு கோடி விலை. என்றபோது நடராஜன் வாயைப் பிளந்தார். '' எல்லாம் இ.எம்.ஐ தான் மாமா. மாசாமாசம் சம்பளத்துலேர்ந்து நேரா கடனடைக்கப் போயிரும். தவிரவும், இன்கம் டாக்ஸ்ல வீட்டு வட்டிக்குத் தள்ளுபடி கிடைக்குது!'' என்ற

விவரங்கள் அவருக்குப் புரிந்தாலும், கோடியில் இருக்கும் சுழிகளின் எண்ணிக்கை அவரை பயப்பட வைத்தது. அது ஒரு வருடம் முன்பு. இப்போதைய நிலை?

வீட்டிற்குள் நுழைந்ததும், நேராக சிவகாமியின் படுக்கைக்கு அருகில் சென்றார். அவள் எழுந்தூ சாய்வு நாற்காலியில் அமர்ந்திருந்தாள். அருகே, நாலு சிறு கால்களுடைய நடைக்கழி.

''ஏட்டி, சொல்றதக் கேளு. இப்ப அவங்க அந்தேரில இல்ல. எங்கிட்டோ தூரமாப் போயி இருக்காங்க. அதான் நாலுமாச முன்னாடி லெட்டர் போட்டிருந்தாள்ளா, ஒம்பொண்ணு?''

''எங்கிட்டு இருந்தா என்ன? நாம போயி காலம்பூராவுமா இருக்கப் போறாம். ஏதோ பிள்ளத்தாச்சிப் பொண்ணுக்கு ஒரு கஞ்சித் தண்ணி வைக்க, பிள்ளையப் பாத்துகிட , கூடமாட இருந்தா நமக்கும் சந்தோசமா இருக்கும்லா'' என்றவள் சட்டென உணர்ந்து அழ ஆரம்பித்தாள்.

''நான் ஒன்னும் செய்ய முடியாதுன்னு தான இப்படி சொணங்குதீங்க? ஒக்காந்த மேனிக்கே எல்லா வேலையும் செஞ்சுருவேன். பொண்ணு மொகத்தைப் பாத்தாலே ஒரு தகிரியம் வந்திரும் பாத்துகிடுங்க''

''அட அது இல்லட்டீ..'' நடராஜன் மேற்கொண்டு ஒன்றும் பேசாமல் நிற்க, வாசலில் செருப்பை அவிழ்க்கும் சத்தம் கேட்டது.''யாரு?'' என்றார் நடராஜன்.

''நாந்தான். விஜயா''

''ஒந்தங்கச்சி வந்திருக்கா. இந்தா, அவ முன்னாடி அழுவாச்சிய வைக்காத, கெட்ட கோவம் வரும் சொல்லிட்டேன்'' மிரட்டியபடியே வெளியேறினார் அவர்.

''யக்கா, நான் பம்பாய் போப்போறேன்'' என்ற குரல் அவரை வாசலில் நிறுத்தியது. இவ எதுக்குப் போறா?

''கார்த்தி புது வேலை போப்போறான். பம்பாய்ல ஆறுமாசமா இருக்காம்லா? இனிமே துபாய்லயாம். சரி, அங்கிட்டுப் போறதுக்கு முந்தி

கொஞ்ச நாள் அவங்கோட இருந்துட்டு வாறன்னு அவருகிட்ட சொன்னேன். சரின்னுட்டாவ. அடுத்த புதங்கிழமைக்கு டிக்கட் போட்டிருக்கம்''

''ஏட்டி விசயா'' முன்னே குனிந்தாள் சிவகாமி ''யாத்தீ, முதுகுல நங்கு நங்குன்னு யாரோ குத்துத மாரி வலிக்கே?'' விஜயா அவள் முதுகை ஆதரவுடன் தடவிக் கொடுத்தாள்.

''ஏட்டி'' வலியில் கண் சுருக்கியபடியே சிவகாமி தொடர்ந்தாள். ''அங்கிட்டு அகிலா வீட்டுல ஒரு பார்வை பாத்துட்டு வரியா? நாந்தான் எளவு போகமுடியல''

''என்னக்கா இப்படிக் கேட்டுட்ட?'' என்றாள் விஜயா ''நான் வளத்தப் பொண்ணுல்லா? நாம் போயிப் பாக்கமாட்டனா? அவளுக்குப் பிடிக்குமேன்னு சீடைக்கு மாவு அரைச்சுட்டுத்தான் இங்கிட்டு வாரன்''

நடராஜன் தயங்கினார். சொல்லலாமா இவளிடம்? விஜயாவுக்கு வாய் நீளம். எதுவும் தங்காது. ஊரெங்கும் சொல்லித் தொலைவாள். போய் விட்டு வரட்டும். என்ன ஆனாலும் வந்தப்புறம் பாத்துக்கலாம்.

தனது அலமாரியைத் திறந்து மடித்து வைத்திருந்த வேட்டிகளின் இடையே இருந்த ஒரு காகிதத்தை எடுத்தார். அகிலா நாலு மாதம் முன்பு எழுதிய கடிதம் அது. ''இவருக்கு கம்பெனியில வேலை போயிருச்சு. புது வேலை கொறஞ்ச சம்பளத்துலதான் இருக்குப்பா. வீட்டுக்கடன் அடக்க முடியலை. வித்துட்டு, குறைவான விலையில் ஒரு பெட்ரூம் கிச்சன் வீடு டோம்பிவில்லி ஏரியாவுல வாங்கிட்டுப் போயிருக்கம். விஷால் இன்னும் என்னை விட்டுட்டு இருக்க மாட்டேங்கறான். இன்னும் ஒரு வருஷம் போயிட்டுன்னா, அவனை டே கேர் சென்ட்ர்ல விட்டுட்டு நானும் ஏதாவது வேலைக்குப் போலாம்னு இருக்கேன். அதுவரை கொஞ்சம் வாயைக் கையைக் கட்டித்தான் இருக்க முடியும். இந்த வருசம் ஊருக்கு வர முடியாது. செலவு அதிகமாகும். உங்ககிட்ட நான் சொல்ல முடியும். அம்மாவுக்குப் புரியற மாதிரி நீங்கதான் எடுத்துச் சொல்லணும்''

மேற்கொண்டு படிக்க மனமில்லாமல் அதனை மீண்டும் வேட்டிகளுக்குள் மறைத்து வைத்தார். இவளிடம் எப்படி இதைச் சொல்வது? ''எம்பொண்ணு எப்படி இருக்காளோ?''ன்னு அழுது ஊரைக் கூட்டுவாளே? டோம்பிவில்லி பகுதியில் ஒரு பெட்ரூம் கிச்சன் வீட்டில் இருப்பதைப் பார்த்தால் இவள் அங்கேயே ஒப்பாரி வைப்பாளே? இதன் காரணமாகவே பம்பாய்க்கு ஒரு டிக்கட் போடத் தான் தயங்குவதை அவள் புரிந்துகொள்ளவில்லையே? அலமாரியைப் பூட்டிச் சாவியைப் பத்திரமாக ஜன்னலின் சட்டத்திற்கும் சுவற்றிற்கும் இடையே இருந்த விரிசலில் ஒளித்து வைத்தார்.

இரு மாதங்கள் கழித்து ஒரு மாலையில் நேரே கோவிலுக்குப் போய் சீக்கிரமே வீடு திரும்பியவர், வாசலில் செருப்பு கிடப்பதைப் பார்த்தார். விஜயா வந்துவிட்டாளா? யார் கதவைத் திறந்து விட்டது? சற்றே வியப்புடன் உள்ளே நுழைந்தவர், கேட்ட உரையாடலில் தயங்கி நின்றார்.

''அகிலா புள்ளக்கு எம்புட்டு தலைமுடிங்கே? கையை விட்டா விரலை எடுக்க முடியாது பாத்துக்க. அத்தன அடர்த்தி, சுருட்டை. அதான் அடிக்கடி சளி பிடிக்கி''

''அங்?'' என்றாள் பூரிப்பில் சிவகாமி.

''நல்லா சிரிக்கான். வேத்து முகம் கிடையாது கேட்டியா? கைய நீட்டினா, ஒடனே தாவிட்டான். வெளிய ஊர் சுத்தப் போணும்''

''ஊர் சுத்திக் கழுத , என்னா?'' சிரிப்புடன் சிவகாமி கையைக் கொட்டினாள்.

''ஆமாக்கா. கார்த்தி இருக்கற இடத்துலேந்து அவங்க ஊரு தூரம். சரின்னு ரெண்டு நாள் அவங்க வீட்டுலயே நின்னேன். சத்துமாவு, நீ கொடுத்த சாம்பார் பொடி, ரசப்பொடி எல்லாம் பதமா எடுத்து வைச்சுக் கொடுத்துட்டுத்தான் வந்துருக்கேன். நல்ல காத்து வருது. தண்ணி நல்லா வருது. ஆனா...''

''என்னட்டீ?''

''இடம் சின்னது. அவங்க பெட்ரூம்ல படுத்துக்காக. நான் ஹால்ல படுத்தேன். ராத்திரி பாத்ரூம் போணும்னா அவங்களத் தாண்டிப் போணும் பாத்துக்க. இந்தா இங்கன..'' என்று விஜயா கையால் இடம் காட்டினாள்.

'' இங்கிட்டு படுத்திருக்காங்கன்னு வையி. நாம இப்படி ஓரமா நடந்து போவணும். அதுல நீ பாக்கணும்..'' விஜயா சற்றே நிறுத்தினாள்.

ஒரு நிமிட உள் ரசிப்பின் பின் தொடர்ந்தாள் ''ஒரு பக்கம் இது குஞ்சக் காட்டிட்டுப் படுத்திருக்கு. அதைக் கட்டிகிட்டு அகிலா படுத்திருக்கா. அவரு ரெண்டுபேரையும் கையால அணைச்சுகிட்டுப் படுத்திருக்காரு. பாக்கயில, அகிலா சின்னப் பிள்ளயா ஒங்கிட்ட பால் குடிக்கப் படுத்திருக்கும்லா, அது மாரி அவளை ஒட்டிட்டுப் படுத்திருக்கு. எங்கண்ணே பட்டிருக்கும்கா. எதுக்கும் கண்ணெச்சி போகறதுக்கு ஒரு கண்ணு வாங்கி அம்மனுக்குப் போட்டுறுதேன்''

''அட, விடுறீ. அவள வளத்தது நீயி. அம்மா கண்ணு படுமாட்டீ பொண்ணுமேல? புத்தி கெட்டவளே''

நடராசன் மெல்ல எழுந்து வெளியேறினார். அரைமணி கழிந்து மீண்டும் அவர் வந்தபோது விஜயா போயிருந்தாள்.

''என்னாட்டி? ஒந்தங்கச்சி வந்திருந்தாப்புலயா? என்ன சொன்னா?''

''ப்ச்'' என்றாள் சுருக்கமாக.

''தங்கச்சி வந்து சொன்னதுல ஆசை கிளம்பிருச்சோ? பம்பாய்க்கு டிக்கட் போடணுமா?'' என்றார் கிண்டலாக.

''வேண்டாம்''

''வேண்டாமா?'' வியந்தார் அவர். இது என்ன? அவள் சொன்னதுல எனக்கே பேரனைப் பாக்கப் போகணும்னு தோணுதே?

''அவங்க படுத்திருக்க இடத்துல இவளுக்கு என்ன பார்வை? புத்தி கெட்ட சிறுக்கி, அவ்வளவு அந்தரங்கம் இல்லாத இடம்னா நாம பெரியவங்க பாத்து நடந்துக்க வேணாம்? அந்தப் பொண்ணுக்கு தெரிஞ்சா எவ்வளவு சங்கடப்படும்? இதுல நான் வேற போய் நிக்கணுமா?''

அயர்ந்து போனார் நடராஜன். எவ்வளவு நாசூக்கான நிலையை அழகாக அவள் சொல்ல, இவளும் புரிந்துகொண்டுவிட்டாள்? இவளுக்கா புத்தியில்லை என்று நினைத்தேன்?

மறுகணம் சிவகாமி கேவினாள். ''முடி நிறைய இருக்குங்காளே? சாம்பிராணி புகை போடணும்னு அகிலாவுக்குத் தெரியுமோ தெரியலையே? ஏங்க, அவளுக்கு ஒரு போன் போட்டுக் குடுங்க, நான் பேசுதேன்''

பனித்த கண்களினூடே, சிரமப்பட்டு நம்பரைத்தேடி பெண்ணை அழைத்தார் நடராஜன்.

ஆயிரம் வருடங்கள் முன்பு, தான் வளர்த்த பெண்ணின் வீட்டிற்குச் சென்று வந்து அதன் நிலையை செவிலித்தாய், நற்றாய்க்குச் சொல்லுகிறாள்.

''புதல்வற் கவைஇய தாய்ப்புறம் முயங்கி

நசையினன் வதிந்த கிடக்கை, பாணர்

நரம்புளர் முரற்கை போல

இனிதால் அம்ம! பண்புமார் உடைத்தே''

ஐங்குறு நூறு, முல்லை செவிலி கூற்றுப் பத்து 402.

''மகனைத் தழுவிக் கிடக்கும் தன் மனைவியின் முதுகில் ஒருங்கி இருவரையும் தழுவி உறங்கும் கணவன் எனக் காணும் காட்சி, தேர்ந்த பாணர்கள் நரம்புகளை மீட்டி இசைக்கும் இனிய இசை போல் இனியது மட்டுமல்ல, இல்லறப்பண்பின் செவ்வியையும் காட்டுகிறது, தாயே!''

14

செண்பகாவின் அப்பா

''சரி, இன்னிக்கே கிளம்பி வர்றோம். இல்லேல்லே, நானும் கூடவே வர்றேன். நோ எக்ஸ்க்யூஸஸ்'' கதிரேசன் போனை வைத்துவிட்டு எதிரே இருந்தவரைப் பார்த்தார்.

''நாக்கப் புடுங்கற மாதிரி கேக்கறான். எந்த ✱..யித்துக்கு கம்பெனி நடத்தறேங்கறான்... அவன் பேர்ல தப்பில்ல. கஸ்டமர் இஸ் ஆல்வேஸ் ரைட்''

முன்னிருந்த சேகர் தர்மசங்கடத்தில் நெளிந்தார் '' ஒரு வாரம்தான் டிலே ஆச்சு சார். பஸவப்பா லீவ்ல போயிருக்கான். வந்ததும் அனுப்பறேன்னு சொல்லியிருந்தேன்''

''பசவப்பா இல்லேன்னா ஸ்ரீகாந்த்தை அனுப்பியிருக்கணும். நீங்க பண்ணின தப்பு... என் தலைல விடிஞ்சிருக்கு. சரி கிளம்புங்க, பெங்களூர் இன்னிக்கே போயாணும்''

''நானுமா?'' திகைத்தார் சேகர். வீட்டில் சொல்லவில்லை. அடுத்த நாளைக்கு மாற்றுத் துணி?.

''''நீங்க வராம ? நான் மட்டும் போய் என்ன கிழிப்பேன்? சர்வீஸஸ் டிபார்ட்மெண்ட் டைரக்டர்னா நீங்கதான் பொறுப்பு. கிளம்புங்க. அட்மின்ல ராதாகிட்ட சொல்லி ஒரு இன்னோவா புக் பண்ணுங்க''

''சார், நாளைக்கு ஒரு ட்ரஸ்ஸும் எடுத்துக்கல''

''நான் மட்டும் ரெடியாவா நிக்கறேன்? பெங்களூர்ல வாங்கிப்போம்'' கதிரேசன் இருக்கையிலிருந்து எழுந்தார். சேகருக்குப் புரிந்தது. இனி வேறு

சிந்தனைகள் இல்லை. கதிரேசன், தன் கம்பெனியை நாணயத்திலும், சேவையிலுமே கட்டியிருக்கிறார். அவரளவு விஷயம் போய்விட்ட பிறகு வேறு பேச்சில்லை.

எழுந்து நடந்தவர் மனதில் நாளை மாமனார் மாமியார் வந்திறங்குவார்களே? என்ற கவலை பெரிதாக எழுந்தது. லதா ஏற்கெனவே சொல்லிக் காட்டியிருக்கிறாள். 'எங்கப்பா எங்கம்மா வந்தா மட்டும் நீங்க ஸ்டேஷன்ல போய்க் கூட்டிட்டு வரமாட்டீங்க. இதேநேரம் உங்க சித்தப்பா வரட்டும், ஒரு மணிநேரம் முன்னாடியிருந்தே போன் ஆரம்பிச்சிரும், 'தாம்பரம் இறங்கவேண்டாம். மாம்பலத்துல நான் வந்துடறேன், சித்தப்பா, படி ஏற வேண்டாம், ஆ, ஊன்னு'' எல்லாம் ஒரு பக்கமாத்தான் பாசம், நேசமெல்லாம்''

அவள் சொன்னதிலும் நியாயம் இருக்கிறது. மாமனார் வயதானவர். மெதுவாகத்தான் இறங்க முடியும்... ஆட்டோவெல்லாம் தானே பிடித்து வரமுடியாது. பெரும் குற்ற உணர்வுடன் லதாவுக்கு போன் செய்தார். எதிர் முனையில் கிடைத்த வசவுகளை வாங்கிக்கொண்டே, கதிரேசனின் கேபினைப் பார்த்தார். அவர் மின்விளக்குகளை அணைத்துவிட்டு வெளியே கிளம்புவது தெரிந்தது.

"சரி, லதா. பெங்களூர் போயிட்டு கூப்படறேன். கணேஷை விட்டு ஓலா-வுல அப்ஸ் மூலமா ஒரு கால் டாக்ஸி ஏற்பாடு பண்ணச் சொல்லிடறேன். அவன் செஞ்சுடுவான்''

அடுத்தமுனையில் லதா ஏதோ தொடங்குமுன் இணைப்பைத் துண்டித்து விட்டு அவசரமாக நடந்தார். அதுக்குள்ளயா இன்னோவா வந்துருச்சு?

வெள்ளை இன்னோவாவைத் துடைத்துக் கொண்டிருந்த நடுத்தர வயதுக்காரர் ஒரு சலாம் போட்டார். " வாங்க சார். ரெடி. நேரா பெங்களூர்தானுங்களா?''

"ஆமா'' என்ற சேகர், காரின் பின்கதவைத் திறந்து கதிரேசன் அருகே அமர்ந்து கொண்டார்.

''நேரா பொம்மஸந்திரா இண்டஸ்ட்ரியல் ஏரியா... ஓசூர் தாண்டினதும் சொல்றேன். கிளம்புங்க''

வடபழனி தாண்டியதும் கதிரேசன் கேட்டார் '' ட்ரைவர் , பேரு என்ன சொன்னீங்க?''

''முத்து சார்''

''முத்து, பூந்தமல்லி தாண்டறதுக்குள்ள கொஞ்சம் நிறுத்துங்க. லைட்டா ஒரு டிபன் பண்ணிக்கலாம். அப்படியே கட்டி எடுத்துக்கலாம். நேரா பெங்களூர். நடுவுல ஒரு நிறுத்தமும் வேணாம்.. எத்தனை மணிக்கு போவோம்?''

முத்து ஒரு நிமிடம் மனதில் கணக்கிட்டார். ''ஒரு மூணுமணிக்கு போயிருவோம் சார். ஓசூர் பக்கம் கொஞ்சம் ட்ராஃபிக் இருக்கும்..ரோடு விரிவாக்கறாங்கல்ல''

''மூணு மணிக்கு ப்ளாண்ட்ல இருப்போம்னு, ஹெக்டேயக் கூப்பிட்டு சொல்லிருங்க சேகர்''

கதிரேசன் இருக்கையைச் சாய்த்துத் தானும் சாய்ந்தார்.

''ரெண்டு மணி நேர வேலை. இதுக்கு ஒரு வாரம் இழுத்திருக்கீங்க''

''இல்ல சார். பசவப்பா...''

''அவன் இல்லன்னா என்ன?'' கதிரேசன் சீறினார். ''ஹெக்டே சும்மா விடமாட்டான். அடுத்த பேமெண்ட் சீக்கிரம் வராது , பாத்துட்டே இருங்க''

சிறுமழிசை வரை சேகர் பேசவில்லை. இப்ப சமாதானமாயிருப்பார் என்ற உத்தேசத்தில் மெல்ல அழைத்தார்.

''சார், ஒரு மணி நேரத்துல நான் முடிச்சுருவேன். இன்னிக்கே நைட்டு திரும்பிடலாம். நாளைக்கு நீங்க டெல்லி போணும்ல?''

கதிரேசன் வெளியே வேடிக்கை பார்த்தவாறே பேசினார். ''ஆமா. என்ன செய்ய? இதை முடிச்சாத்தான் கிளம்ப முடியும். பாக்கலாம். நீங்க

சீக்கிரம் முடிச்சா நாம நைட்டே திரும்பிடலாம். என்ன முத்து? ஒரு ஆறுமணி வாக்குல கிளம்பினா பன்னிரெண்டு மணிக்கு வந்துட முடியாது?''

''வந்துறலாம் சார்'' முத்து திரும்பிப் பார்க்காமலேயே பேசினார்.

''உங்க கைலதான் இருக்கு சேகர், நாம இன்னிக்கே திரும்பறதும் திரும்பாம இருக்கறதும்''

முத்து அதனைக் கேட்கவில்லை. அவர் மனதில் காலையில் வீட்டில் நடந்த உரையாடல்கள் ஓடிக்கொண்டிருந்தன.

''கேட்டிங்களா?'' முகம் நிறைய சிரிப்புடன் கோமதி அவரருகில் வந்தாள். '' செண்பகாவுக்கு ஸ்கூல்ல முத ரேங்க்காம். நாளைக்குப் பரிசு கொடுக்காங்களாம்''

''அடேங்கப்பா'' என்றார் முத்து மகிழ்ச்சியுடன் , தன் சீருடைச் சட்டையில் பட்டனை இட்டவாறே.

''செம்பகா, இங்கிட்டு வா. அப்பா கூப்பிடுதாக''

அருகில் வந்த மகளை உச்சந்தலையில் முத்தமிட்டார் முத்து, பெருமை பொங்க. '' எம்மவல்லா. அதான் படிப்புல சுட்டி. ''

''ஆமா, நாங்க முட்டாப் பொட்டை பாரு.''

''ஏட்டி, அப்பிடியில்லலா. ஒங்கூட என் அறிவும் சேந்திருக்குல்லா. அதான்''

''மழுப்பேண்டா. நாளைக்கு அவுங்க ஸ்கூல்ல கூட்டிருக்காங்க. நாம ரெண்டுபேரும் போணுமாம். ஸ்கூல்ல கரெஸ்பாண்டெண்ட்கூட நம்மூர்னுதான சொன்னீங்க?''

''ஆமா, அதுக்கென்னா?''

''பி.ஈ படிக்க வைக்கணும்னு ஒரு வார்த்தை போட்டு வைங்க. அவங்க நம்மூர் ஆளுங்கன்னு ஏதாச்சும் சேஞ்சா நல்லதுங்கேன்''

முத்து மனைவியைப் பார்த்தார். '' நீஞ்சொல்றது சரிதாண்டி. நம்ம வினை. இப்படி நாய்ப்பட்ட பாடு படுதோம்.. செம்பகா சொந்தக் கால்ல நின்னுட்டான்னு வையி. அடுத்தவளுக்குக் கவலை இல்ல''

அடுத்த நாள் காலையில் பத்துமணிக்குதான் விழா. அதுக்குள்ள வந்துடலாம். கரஸ்பாண்டெண்ட்டை எளிதில் பார்க்க முடியாது. நாளைக்கு நல்ல வாய்ப்பு. முத்துவின் கால் ஜாக்கிரதையாக ஆக்ஸிலரேட்டரை அழுத்தியது.

''சேகர், வருத்தமா இருக்கீங்களா? ''

''இல்ல சார். நாளைக்கு மாமனார் ..'' சேகர் சுருக்கமாகத் தன் கவலையைச் சொன்னார்.

''எனக்கு என்னங்கறீங்க? நாளைக்கு என் மனைவிக்கு தொண்டைல ஆப்பரேஷன். மூணுமாசத்துக்கு முன்னாடியே நாள் குறிச்சாச்சு. '' நீங்க அன்னிக்கு ஒரு நாளாச்சும் எங்கூட இருங்கன்னா. சரின்னு கையில சத்தியம் பண்ணிக் கொடுத்தேன். இப்ப..?''

கதிரேசன் , சேகரின் மணிக்கட்டைத் தொட்டு அழைத்தார் '' நம்ம வேலை இருக்கே. அது நாய்ப்பாடு. இது இன்னிக்கு நேத்திக்கில்ல, அந்தக் காலத்துலயே இப்படி வேலைக்குப் போய் , வீட்டு வேலையை, பொண்டாட்டி புள்ளயப் பாக்க முடியாமப் போனவனோட வருத்தத்தை. சங்க காலப் பாட்டுல எழுதியிருக்காங்க சேகர், உங்களுக்கு சங்க காலக் கவிதைன்னா பிடிக்குமா? ''

''அங்?'' என்று விழித்த சேகர், தடுமாறி '' ரொம்பவெல்லாம் இல்லை. ஸ்கூல்ல படிச்சிருக்கேன். யாப்பு, அணி..''

''அதெல்லாம் விடுங்க. பாடலைக் கொஞ்சம் மெனக்கெட்டு படிச்சீங்கன்னா போதும். அட, இப்படியெல்லாம் எழுதியிருக்கானா, அந்தக் காலத்துலேயே?ன்னு அசந்து போவோம்''

''ஆமா, திருக்குறள்ல..'' என்று தொடங்கி சேகர் ஒரு குறளும் தோன்றாமல் விழித்தார்.

'' சங்கப்பாடல்னாலே என்ன நினைப்போம்? தலைவன் தலைவி... சொன்னபடி அவன் வரலை, அவளுக்கு பசலை நோய். நினைக்க முடியாத அளவுக்கு சலிக்க வைக்கற அளவுக்கு உவமை... இதான். ஆனா, வேலைக்குப் போன ஆணுக்கும், இந்த தேடல் இருக்கும்னும் எழுதியிருக்கான் தெரியுமா?''

''ஆனா, அந்த ஆணோட வருத்தம் பெண்களுக்குத் தெரியும்னு எழுதியிருக்காங்களா?'' சேகர் சிரித்தார். லதாவின் தேள் கொட்டுவது போன்ற வார்த்தைகள் நினைவில் எழுந்தன.

''ரொம்ப எதிர்பார்க்கறீங்க. நம்ம உணர்வு எல்லாம் யாருக்கும் புரியறதே இல்ல. வீட்டுல பொண்டாட்டிகிட்ட சொல்லிட்டு போருக்குப் போறான். அங்க ரொம்ப நாளாயிருது. அவ வீட்டுலேர்ந்து தூது அனுப்பறா. இவன் அதைக் கேட்டு மேலும் நொந்து போறான். ஒரு குற்ற உணர்வு. ஆனா வேலை , போர் செஞ்சாகணுமே? அவன் நிலையை யார் சொல்லுவாங்க?''

சேகர் சுவாரஸ்யமானார். '' அட அப்படியா?''

''ஐங்குறுநூறுல முல்லைல சொல்றான். பாசறைப்பத்துன்னு நினைக்கறேன். ம்ம்ம்'' கதிரேசன் நெற்றியைச் சுருக்கிச் சொற்களை நினைவுகூர்ந்தார். ''ஆங். இப்படி போகுது''

''ஐய வாயின, செய்யோன் கிளி

கார்நாள் உருமொடு கையறப் பிரிந்தென

நோய்நன்கு செய்தன எமக்கே

யாமுறு துயரம் அவள் அறியினோ நன்றே''

கடைசி வார்த்தையைப் பாருங்க. ''யாமுறு துயரம் அவள் அறியினோ நன்றே'' இந்தத் துன்பம் சொட்டும் வார்த்தையை அவன் பாணன்கிட்ட தூது சொல்லி அனுப்பறான். இன்னிக்கும் நாம இதத்தான் சொல்லிட்டிருக்கோம். என் கஷ்டம் உனக்குப் புரிஞ்சா நல்லது. யாரு

புரிஞ்சுக்குவாங்க? வேணும்னா வீட்டுக்கு லேட்டாப் போறோம். பிடிச்சுப் போயா இப்படி ரோல இருக்கோம்?''

சேகர் பெருமூச்சு விட்டார்.

''கோமதிக்கும் இந்தக் கிறுக்குப் புத்தி உண்டும்'' முத்து நினைத்துக்கொண்டார். ஒரு தடவை குவாட்டர் பாட்டில் கார்ல கிடந்ததை வச்சு ஒரு மாசம்லா தள்ளி இருந்தா? எளவெடுத்த ஏதோ கஸ்டமர் போட்டுட்டுப் போனான்னு சொன்னா நம்பணும்லா?

பொம்மஸந்திராவில் செம்மண் சரளை சரசரக்க அவர்கள் வண்டி கம்பெனியில் நுழைந்தபோது மணி சரியாக மூன்று.

சேகர், இருநிமிட உபசார வார்த்தைகளின்பின், மிஷின் இருக்கும் பக்கம் நகர, ஹெக்டேயிடம் பொறுமையாகக் கதிரேசன் விளக்கிக் கொண்டிருந்தார். சாலையின் மூலையில் ஒரு டீக்கடையில் நின்று கொண்டிருந்த முத்துவின் செல்போன் அலறியது.

''யப்பா, நாளைக்கு வந்துருவீங்கல்ல? ''செண்பகாதான்.

''வந்துருவோம்ட்டீ. நான் இல்லாமலா?'' அடுத்த முனையில் மகிழ்ச்சியில் சிரிப்பது கேட்டது. மணியைப் பார்த்தார். நாலு. அஞ்சரைக்கு கிளம்பினா ட்ராஃபிக்ல மாட்டாம ஓசூர் போயிறலாம்.

சேகர் மிஷினின் கணினியில் இருப்புகொள்ளாமல் அமர்ந்திருந்தார். 'க்விக். முட்டாள் மெஷினே, உயிர்த்துவிடு. ரெண்டே ரெண்டு ரிப்போர்ட் துப்பிவிடு. அப்புறம் பசவப்பா வந்து பார்த்துக்கொள்வான்'

மெஷின் அமைதியாக இருந்தது. இயந்திரத்தின் எமர்ஜென்ஸி பட்டனை அழுத்தினார். லேசாக கூவிவிட்டு உயிர்த்து, ஏதோ விசித்திரமான ஒலி எழுப்பி அடங்கியது.

சேகர் வியர்த்தார். இது நல்ல சகுனமில்லை. வெற்றிடம் உருவாக்கும் பம்ப்பின் வாஷர் போயிருக்கிறது. ஆணைகள் பறந்தன. பெங்களூர் ஆபீஸிலேயே வாஷர்கள் இருப்பதாக பசவப்பா தொலைபேசியில்

சொன்னான். ஹெப்பால் வரை ட்ராபிக்கில் நீந்தி சென்று வர நாலுமணி நேரம் பிடிக்கும் என்று கணக்கிட்டார் சேகர். ஆறுமணிக்கு கிளம்ப முடியாது. முத்து 'பரவாயில்ல சார். போயிறலாம்'' என்றார்.

இரவு பதினோரு மணிக்கு வாஷரைப். பொருத்திவிட்டு, வெற்றிடம் உருவாக இரண்டு மணிநேரம் காத்திருந்தனர். இரவு ஒன்றரைக்கு, இயந்திரம் ஒரு மாதிரி ''கீங்''என்று உயிர்த்தது. நைட் ஷிப்ட் ஆட்களிடம் சொல்லி விடைபெற்றுக்கொண்டு அவர்கள் கிளம்பும்போது மணி இரவு மூன்றரை. ஏழரை..எட்டு மணிக்கு சென்னை போயிரலாம், முத்து கணக்கிட்டார்.

காலை ஏழு மணிக்கு எழுந்த கதிரேசன் சேகரைத் தட்டிக் கொடுத்தார், '' வெல்டன், சேகர். நீங்க இருந்தா ஒரு பலம் எனக்கும். நிம்மதியா வீட்டுக்குப் போலாம். நானும் டைவர்ஸ் ஆகாம பிழைச்சேன்''

நிம்மதியுடன் சிரித்தார் சேகர். ''இப்படி வீட்டுக்குப் பறக்கற ஆள்களுக்கு பாட்டு ஒன்னுமில்லையா சார்?''

கதிரேசன் கைதட்டினார் '' அப்படி வாங்க வழிக்கு. சங்கப் பாடல்கள் வொயின் மாதிரி. ஒரு தடவை குடிச்சுட்டு நிப்பாட்ட முடியாது. சொல்றேன். ஆங். முத்து? இவரை முதல்ல இறக்கிவிட்டிருங்க. அசோக் நகர்.

முத்து கணக்கிட்டார். எட்டு எட்டரை. ''நீங்க எங்க சார்?'' என்றார் முத்து.

'' மடிப்பாக்கம். கொஞ்சம் ஸ்பீடாப் போணும் முத்து''

முத்து உறைந்தார். ஒன்பதரை மணியாகும். அதன் பின் நான் எங்கே பத்துமணிக்குக் கொரட்டூர் போய்ச்சேர?

கதிரேசன் தொடர்ந்தார் ''வேலையை முடிச்சுட்டுக் கிளம்பற தலைவன் தேர்ப்பாகன்கிட்ட சொல்றான். பட்டையக் கிளப்பிட்டுப் போ. சீக்கிரம் ''

''கடும்பரி நெடுந்தேர் கால்வல் புரவி,

நெடுங்கொடி முல்லையொடு தளவமலர் உதிர,

வரயுபு கடைஇநாம் செல்லின்...''

அடுத்த வரி என்னமோ வளைன்னு வரும். அதை விடுங்க. நம்ம தேர்ப்பாகன் முத்துதான். கடும்பரி நெடுந்தேர்.. தெருவுல மண்ணைப் பறிச்சு தூவிகிட்டு சக்கரம் சுழல ஓடும் தேர்ங்கறான், வல்கால் புரவி , வலிமையான கால்களை உடைய குதிரை. இன்னோவாவுல எத்தனை குதிரைத் திறன்? 100 bhp இருக்குமா சேகர்? நூறு குதிரை பூட்டிய ஆறு சக்கரத் தேர் இது. நம்ம நிலமைக்குன்னே அன்னிக்கு எழுதின மாதிரி இருக்குல்ல? "

முத்து அழுக்கான மஞ்சள் துண்டில் முகம் துடைத்தார். எல்லாப்பாடல்களும் தலைவன் தலைவியைச் சேர மட்டும்தானா? பாகனுக்கும் வீடு உண்டே? அவனுக்கு யார் பாடல் எழுதுவார்கள்? பாகன் வலி புரியுமா புலவர்களுக்கு?

மகள் மேடையில் தனியாக இருப்பதாக காட்சி நீரில் மங்கிய அவர் கண்ணில் விரிந்தது.

15

செல்லத்தாயி

இதுங்க சரிவரும்ங்கறே? '' நல்லமுத்து , செல்லத்தாயிக்காக சற்றே நடை வேகத்தைக் குறைத்தார்.

''எல்லாம் சரியா வரும். கொஞ்சம் விட்டுப் பாப்பம்'' செல்லத்தாயி , தனது ஆர்த்த்ரிடீஸ் கால்களை இட வலமாக ஆட்டியபடி கொஞ்சம் கொஞ்சமாக முன்னே நடந்தாள். வெயில் மாலையிலும் தீவிரமாக இருந்தது.

''ஊர்லேந்து வர்றப்போவே சொன்னேன். அந்த டாக்டரு வெளங்காதவன். அவன் சொன்னான்னு ஒரு புது செருப்பு.. இப்ப காலைக் கடிக்கி, கையக் கடிக்கின்னு சொல்லிட்டே நடக்கே. ஒனக்கெல்லாம் அந்த ரப்பர் செருப்புதான் சரி, செல்லி''

''சரி வுடுங்க. என்னமோ. செருப்பு வாங்கியாச்சு. ரொம்ப கடிச்சா, இங்கனக்குள்ள எதாச்சும் வேலைக்காரிக்குக் கொடுத்துடுவம். சரி, இன்னிக்கு காலேல மருமவ முகம் அப்படியே வாடிக்கடந்துச்சு பாத்தியளா? ''

''ரெண்டு பேரும் இப்படி உம்முனுதான, நாம வந்தன்னிலேந்து இருக்காவ? இன்னெக்கென்னா புதுசா வாடுதா, சாடுதான்னு கிளப்புற?'' நல்லமுத்து குரலில் ஏமாற்றமும், விரக்தியும் , அடித்த வெயில் தாங்காது வெளிப்பட்டன.

மும்பைக்கு ஒரு மாதம் முன்பு பையன் முத்துக்குமார் வீட்டுக்கு வந்து இறங்கிய நல்லமுத்து, செல்லத்தாய் அம்மாள், போரிவல்லி பகுதியில் இரண்டு படுக்கையறை வீட்டில் இரு நாட்களில் இருக்கப் பழகிவிட்டனர்.

தூத்துக்குடியிலிருந்து வந்தவர்களுக்கு வெயிலும், வியர்வையும் பழகியிருந்தாலும், வீட்டில் மகனும், மருமகளும் பேசாமலேயே இருப்பது தர்ம சங்கடமாக இருந்தது.

முத்துக்குமார் ஒரு தனியார் வங்கியின் கிளை மேலாளர். மருமகள் லட்சுமி ஒரு மென்பொருள் உருவாக்கும் பெரிய கம்பெனியில் முக்கிய பொறுப்பில் இருக்கிறாள். சம்பளத்துக்கு இருவருக்கும் குறைவில்லை. அடித்துப் பிடித்துக்கொண்டு காலையில் கிளம்பிப் போவார்கள். மாலையில் வந்ததும், லாப்டாப்பும், மொபைலுமாக ஆளுக்கு ஒரு அறையில் அமர்ந்துவிடுவார்கள். ஹாலில் டி.வி யாருக்கோ வந்த வாழ்வாக ஓடிக்கொண்டிருக்கும்,. என்ன சேனல், யார் பார்க்கிறார்கள் என்பது இருவருக்கும் தெரியாது.

இது ஒரு மாதமாகத் தொடர்ந்து கொண்டிருப்பதில் நல்லமுத்துவின் கோபம் எகிறத் தொடங்கியது. ''இதென்னா, வீட்டுக்கு அம்மையும் அப்பனும் வந்திருக்காவ? அவங்ககிட்ட 'என்ன, சாப்டீயளா, எதாச்சும் வேணுமா?ன்னு ஒரு வார்த்தை கேக்கப்படாது? ரெண்டும் அந்த பொட்டி முன்னாடி விடிஞ்சதுலேந்து கிடக்குதுவோ'' செல்லத்தாயிடம் பொருமினார். அவர்கள் வரும் நேரமாதலால், செல்லத்தாயி, அவரை மெல்லக் கிளப்பி வெளியே கூட்டி வந்துவிட்டாள்.

''இந்தாருங்க. சிறுசுங்க. கல்யாணமாயி ரெண்டு வருசம்தான் ஆவுது. என்ன சண்டையோ என்னமோ? இவனும் உச்சாணிக்கொம்புல ஏறி நிக்கான் -ஒங்கள மாரி. அவளும் இத்தனை ராங்கித்தனம் செய்யேண்டாம். சம்பந்தியம்மாவுக்கு ஒரு போன் போடுங்க. நான் பேசுதேன்''

''ஒனக்கு, என்னச் சொல்லலேன்னா தூக்கம் வராதே? அந்தம்மா என்ன செய்யும்? ''நானுஞ்சொல்லுதேன். நீங்களும் மாப்பிளைக்குக் கொஞ்சம் புத்திமதி சொல்லுங்க'ங்கும். இங்கிட்டு வந்தால்லா பொண்ணு வண்டவாளம் தெரியும் அவியளுக்கு? நான் முடிவு பண்ணிட்டேன், செல்லி. செல்லி, கேக்கியாட்டி?''

''சொல்லுங்க. நல்லாத்தான் கேக்கு.'' என்றாள் செல்லி, மூச்சிரைத்தபடி. நடக்க முடியவில்லை. செருப்பினுள் பாதம் வீங்குகிறது. உப்பைக் குறைக்கணும்.

'' நாளைக்கு நான் இங்கிட்டு போரிவல்லி ஸ்டேஷன்ல போயி ஊருக்கு டிக்கட் போட்டுடுதேன். இங்க இருந்தா நமக்கும் செரிப்பட்டு வராது, அதுக. தலைவிதி. என்னமோ அடிச்சிக்கட்டும், பிடிச்சிக்கட்டும். என்ன சொல்லுத?''

''க்கும். இப்படி விட்டேத்தியாச் சொல்லத்தான் நீரு இங்க வந்தீரோ? இல்ல கேக்கேன். அதுக பாட்டுக்கு விடறதுக்கு நாம என்ன சொல்லவேண்டியிருக்கு? கொஞ்சம் பாப்பம். பொறவு பைய்ய, ரெண்டுபேருக்கும் சொல்லுவம்''

''கோட்டி பிடிச்சுருச்சாட்டீ ஒனக்கு? என்னத்தன்னு சொல்லுவே? இதுகளுக்கு என்ன ப்ரச்சனைன்னு தெரியாம என்ன ராம கதை சொல்லச் சொல்லுத? போம்வே-ன்னுட்டான்னு வச்சிக்க... என் மூஞ்சிய எங்கனக் கொண்டு வைக்க? ''

செல்லி கால் அகட்டி நின்றாள். மூச்சிரைக்கப் பேசினாள். ''இந்தாரும். சொல்லுதேன்னு நினைக்கப்படாது. இத்தன நாளு இருந்தீயளே, அதுகளுக்கு என்ன மனஸ்தாபம்னு ஒரு வார்த்த கேட்டிருப்பீயளா? இல்ல, நீங்களாக் கண்டுபிடிக்கப் பாத்திரிப்பீயளா? ஒண்ணும் செய்யாம, ஆ, ஊன்னு குதிச்சா எப்படி? எல்லாம் ஒங்கம்மா குணம்... குத்தம் மட்டும் பாக்கத் தெரியும்''

நல்லமுத்து வாய்க்குள் '' முண்ட, ஒன்ன எப்பவோ கொன்னு போட்டிருக்கணும், எங்கம்மாவையாச் சொல்லுத?'' என்று திட்டியபடி, அவளுடன் திரும்பி வீடு நோக்கி நடந்தார். நாளை எப்படியும் டிக்கட் எடுத்துறணும். சீனியர் சிட்டிசன்னா தனி கவுண்ட்டர் உண்டுமா? கேக்கணும். இந்த நாய்ப்பய ஊர்ல எல்லாத்துக்கும்லா க்யூங்கான்?

லட்சுமியும், முத்துக்குமாரும் வழக்கம்போல தனித்தனி அறையில் லாப்டாப்பில் முழுகியிருந்தனர். 'பாத்தியா?' என்பது போல் ஒரு

சிரிப்புடன் நல்லமுத்து ஹாலின் சோபாவில் அமர்ந்தார். ‘‘ஏட்டி, அது என்னா சீரியலு? அன்னிக்கு பாத்தமே? தாடிக்காரன், பொஞ்சாதிய விட்டுட்டு ஒரு பொண்ணோட இருக்கான்... அப்புறம்?’’

‘‘எல்லாம் ஒரே மாரித்தான் இருக்கும். சும்மா இரிங்க. நான் பாத்துட்டிருக்கேன்லா? தொணதொணங்கக் கூடாது, ஆமா’’

தனக்குள் முணுமுணுத்தவாறே புத்தக அலமாரியைத் தேடிப்போனார் நல்லமுத்து.

சாப்பிடும் நேரத்தில் நால்வரும் மேசையில் அமர்ந்திருந்தனர். லட்சுமி தனது மொபைலில் யாருக்கோ செய்தி அனுப்பியபடி இருக்க, முத்துக்குமார் தனது ஐ பேடில் ஏதோ படித்துச் சிரித்துக் கொண்டிருந்தான். நல்ல முத்து இருவரையும் பார்த்து தன் மனைவியைப் பார்த்தார். ‘‘இதுக வெளங்குமா?’’ என்றது அவர் முகம். செல்லத்தாயி, இருவரையும் ஒரு முறை பார்த்தாள். மவுனமாகச் சோற்றைப் பரிமாறினாள்.

அடுத்தநாள், சனிக்கிழமை காலையில் லட்சுமி சமையலறையில் நுழைகையில் ஆச்சரியமானாள். ‘‘அத்தே, நீங்க என்ன செய்யறீங்க? உங்களுக்கு ஏன் சிரமம்?’’

‘‘இருக்கட்டும்மா. மாமாவுக்கு இன்னிக்கு பொறந்தநாள். வைகாசி விசாகம்’’

‘‘அட! மாமா சொல்லவே இல்ல பாருங்க! ‘‘

‘‘அவருக்கே தெரிஞ்சிருக்காது. ஒரு பாயாசம் செஞ்சுருவம், என்னா?’’

‘‘ம்ம்ம். அவருக்கு ஷுகர் இருக்கே அத்தே?’’

‘‘இருந்தா என்னா? ஒரு நாளு கொஞ்சம் குடிச்சா ஒன்னும் ஆவாதுட்டீ. மாத்திரை ஒன்னு கூடப் போட்டுகிடச் சொல்லுதேன். நாளைலேந்து திருப்பி கஞ்சி, நாலு நாளைக்கி’’

டிக்கட் வாங்கி வந்த நல்லமுத்து, மதியம் சாப்பாட்டில் திகைத்தார். ‘‘ஏ, என்னா இன்னிக்கி? பாயாசமெல்லாம் தடபுடலா இருக்கு? இவனுக்கா, இவளுக்கா, யாருக்குப் பொறந்த நாளு?’’

''வெளங்கிச்சி. ஒங்களுக்குத்தான் இன்னிக்குப் பொறந்தநாளு''

''அங்'' வியந்தார் நல்லமுத்து. பாயாசத்தை கண்கொட்டாமல் ஒரு குழந்தையின் ஆர்வத்தோடு பார்த்தார். '' நம்மூர் மண்டை வெல்லம் கிடைக்கா இங்க? இன்னொரு டம்ப்ளர் ஊத்துட்டீ'' என்றார் டம்ப்ளரை ஏந்தியபடி.

'' கால்வாசிதான் தருவேன். ஓடம்புக்கு ஆவாது'' என்ற செல்லத்தாய் இரண்டு கரண்டிப் பாயாசத்தை அதில் ஊற்றினாள். லட்சுமி ஒரு சிரிப்போடு அந்த நாடகத்தைப் பார்த்திருந்தாள். முத்துக்குமார் மெல்ல தலையை நிமிர்த்தினான்.

''ஏட்டி, இதென்னா? கையில கட்டு? சுட்டுக்கிட்டியோ?'' நல்லமுத்து சற்றே பதறி செல்லத்தாயியின் கையைப் பற்றினார்.

''அட , வுடுங்க. மண்டை வெல்லம் தட்டிப் போடப் போனேனா?,கண் மறைச்சிட்டு... வெரல்ல நசுக்கிட்டேன். ''

'' இதென்னா, புடவையில ரெத்தம்? என்னத்துக்கு இப்படி கொலை வெறியில பாயாசம் செய்யோணும்? லே, முத்து , டாக்டரு இருப்பாரா? போவம்''

''அய்ய, அதெல்லாம் வேண்டாங்கேன்லா? வேணும்னா நானே சொல்லுவேன். புது எடம் பாத்தீயளா.? சில சாமான் எங்க இருக்குன்னு தெரிய மாட்டேங்கு. அதான். அவசரத்துல வெல்லம் தட்டிப் போடயிலே, கையில நசுக்கிட்டு. நீங்க குடிங்க.''

நல்லமுத்து எழுந்தார் -பாயாசம் குடிக்காமலே. உள்ளே சென்று டெட்டால் எடுத்து வந்தார். ''கையக் காட்டுட்டீ. கண்ணு மண்ணு தெரியாம எதயாவது செஞ்சு தொலைக்க வேண்டியது. தானாவும் தெரியாது. சொன்னாலும் வெளங்காது உனக்கு''

''ஒரு எழவும் இல்ல. அடிபட்டு ரெண்டு மணி நேரமாச்சு. இப்ப வந்து டெட்டால் போடுதாராம்!. அப்பவே, மஞ்சத்தூள் வச்சு , ரத்தம் நின்னுட்டு''

லட்சுமி அந்தப் பாசத்தின் வசை மொழிகளைக் கேட்டு நின்றிருந்தாள். இது நாள் வரை இந்தக் குமார் ஒரு முறையாவது கிச்சனில் என்ன செய்கிறாய்? என்று ஒரு வார்த்தை கேட்டிருப்பானா?

சட்டென அவளுக்குள் ஒன்று உறைத்தது. முத்துக்குமாரின் பிறந்த நாளன்று கேக் வாங்கி வெட்டியிருக்கிறோமே தவிர, ஒரு முறையாவது நானாக ஒரு இனிப்பு தயாரித்ததுண்டா? இந்த அத்தை, முடியாத வயதில், சர்க்கரை கூடுதலாப் போட்டு, சாதம் கரிய விட்டு என்று ஏதோ செய்து, பாயாசம் என்று ஒன்று உண்டாக்க, அதனை ரசித்து குடித்துவிட்டு ''இன்னோன்னு கிளாஸ்'' என்கிறாரே மாமாவும்? இந்த வசவுகளின் உள்ளிருக்கும் வாசம் என்ன?

சாப்பிட்டுவிட்டு தன் அறைக்குள் வந்தவள், லாப்டாப்பை மூடி வைத்தாள். கண்களை மூடிச் சிந்திக்கலானாள்.

முத்துக்குமாரும், நல்லமுத்துவும் போரிவில்லி காய்கறி மார்க்கெட் அருகில் நிறைந்த காய்கறிப் பைகளுடன் நின்றுகொண்டிருந்தனர். ஆட்டோ இன்னும் வரவில்லை.

''லே முத்து. இங்கன பக்கத்துலதான் மீன் மார்க்கெட் இருக்கோ? கருவாடு வாடையடிக்கே?''

''ஆமா. ஆனா, ஒங்களுக்கும் அம்மாவுக்கும் ஒத்துகிடாதுல்லா? வேணாம்''

''எனக்குப் பிடிக்காதுல. ஒங்கம்மாவுக்குப் பிடிக்கும். ஆனா தனக்குன்னு வாங்கி, செய்ய மாட்டா. எனக்கு வேணும்னா செய்வால்லா? அதுல ரெண்டு மூணு துண்டு அதிகம் திம்பா. பாவம், அவளுக்கு வேற என்ன ஆசை இருக்கு? ஆச்சி, இன்னும் ரெண்டு வருசம் போச்சுன்னா, என்னை, 'இதெல்லாம் நீரு திங்கவே கூடாது'ன்னு திட்டுவான், அந்த எழவெடுத்த டாக்டர். சரி, அதுக்குள்ள ஏதாச்சும் அவளுக்குப் பிடிச்ச மாரி இருக்கட்டும். என்னா?''

ஒரு வாரத்தில் அம்முதியவர்கள் கிளம்பிப் போனபின், லாப்டாப்புகள் அதிகம் அந்த வீட்டில் திறக்கப் படவில்லை. சில நாள்களுக்குப் பின் ஒரு அறை அடைந்தே கிடந்தது.

பல நூறு வருடங்கள் முன்பு ஒரு பெண், கைவிட்டுப் பிசைந்த சோற்றில், புளியைக் கரைத்து விட்டு, புளிசாதமாகக் கிளறி, அடுப்புப் புகை கண்ணில் ஏறி, முகமெல்லாம் வியர்க்க, சோற்றுக்கையை, தனது சேலையில் துடைத்து, அந்த நாற்றத்தோடே, கணவனுக்குப் பரிமாற, அவன் அந்த புளிச்சோற்றை "இனிது" என்று பாராட்டியபடி உண்கிறான். அதுகண்டு, அவள் நெற்றி, மகிழ்வின் நிறைவால் ஒளிர்ந்தது.

"முளிதயிர் பிசைந்த காந்தள் மெல்விரல்

கழுவுறு கலிங்கம்,கழாஅது, உடீஇ

குவளை உண்கண் குய்ப்புகை கழுமத்

தான்றுழந்து அட்ட தீம்புளிப் பாகர்

"இனிது" எனக் கணவன் உண்டலின்,

நுண்ணிதின் மகிழ்ந்தன்று ஒண்ணுதல் முகனே"

- கூடலூர் கிழார், குறுந்தொகை.

16
மலர் வீழும் ஓசை

பூங்காவில் அன்று ஆட்கள் குறைவாக இருந்தனர். காலை ஆறு மணிக்கு வேனிற்காலத்தில் முன்னே செல்பவர்களின் காலில் இடறாமல் நடக்க முடியாது. சீக்கிரமே வந்துவிட்டேனோ? விறுவிறுவென இருபது நிமிடம் நடந்துவிட்டு, பெஞ்சில் அமர்ந்தேன். அட, இன்னிக்கு வந்திருக்காரே?

நடேசனுக்கு எழுபது இருக்கும். ஆனால் அறுபதுபோல் தெரிவார். நேரான உடல், பாண்ட் எயிட் வடிவத்தில் விபூதி பட்டை. அயர்ன் பண்ணின அரை டிராயர். அயர்ன் செய்த டீ ஷர்ட், ஒளிர்ப் பச்சை நிற ரீபாக் காலணிகள். படு கச்சிதமான ஆடை அணிந்திருப்பார். ஏன், சாக்ஸ்கள் கூட ஒரே நீளத்தில் காலைத் தழுவியிருக்கும்.

மனிதர் மிலிடரியோ? என்று சந்தேகித்து ஒரு முறை கேட்டேன். டெல்லியில் ஏதோ மத்திய அரசின் பணித்துறையில் அதிகாரியாக இருந்து ஓய்வுபெற்றவர். பூங்காவினை அடுத்து இருக்கும் பெரிய அடுக்கு மாடிக் கட்டிடத்தில் மகனுடன் இருக்கிறார். மகள் பெங்களூரில் என்பதால் இரண்டு நகரங்களுக்கும் நடுவே போய் வந்து கொண்டிருப்பார்.

'சுத்தம், நேர்மை எல்லாம் ஒண்ணுதான். உடல் சுத்தமா இல்லாதவனால மனசுல நேர்மையா இருக்க முடியாது. நேர்மையா இல்லாதவன் சுத்தமா இருந்தாலும் செயற்கையா இருக்கும். அதி சுத்தமா எவன் இருக்கானோ அவனுக்கு உள்ளே ஏதோ சாக்கடை ஓடுதுன்னு அர்த்தம். நம்ம அரசியல்வாதிகளப் பாருங்க. வெளுத்த உடைகள், கதர், கஞ்சி போட்டு மொற மொறன்னு.. ஆனா உள்ளே?''

நான் சிரித்துக் கொண்டே வேறு பேச்சுகளுக்குத் தாவி விடுவேன். அவருக்கு என கொள்கைகளை வைத்திருப்பார். என்ன சொன்னாலும், செவி மடுப்பாரே தவிர ஏற்றுக் கொள்ளமாட்டார்.

"மாடர்ன் தமிழ் லிட்ரேச்சர்? ம்.. பள்ளி கொண்டபுரம் படிச்சிருக்கேன். கொஞ்சம் நகுலன். என்ன சார் கல்கி, சாண்டில்யன்? காதல் வீரம் இருந்தா கதையாயிடுமா? கதை படிக்கவே தமிழனுக்குத் தெரியாதுங்கறேன். ஜெயமோகன் விட்டா இப்ப யாரு சங்க இலக்கியம் பத்தி கதை, கட்டுரைன்னு எழுதறா சொல்லுங்க? விஷ்ணுபுரம்னு ஒரு புத்தகம்.. படிச்சிருக்கீங்களா?"

ஒரு முறை கம்பராமாயணம் பத்தி ஆரம்பித்தேன். அவர் பையிலிருந்து நாலாய் மடித்து வைத்திருந்த ஒரு காகிதத்தை எடுத்தார். "குறுந்தொகை பாடல்கள். பத்து இருக்கு. ஒரு நாளைக்கு பத்து படிச்சிடறதுன்னு வச்சிருக்கேன். நற்றிணை முடிச்சாச்சு. குறுந்தொகையில ஒண்ணொண்ணும் முத்து கேட்டேளா? இதக் கேளுங்க, தலைவியோட காதல் பத்தி வீட்டாருக்கு சொல்லாமச் சொல்றா, அவ தோழி. என்னமா மறைச்சு சொல்றா? அகவன் மகளே, அகவன் மகளே"

சங்கம் தவிர்த்து வேறு பேசமாட்டார் அவர் என்று தெரிந்ததும், மெல்லத் தவிர்த்தேன். உறுதியான பாறைகள் கவர்கின்றனதான். ஆனால் பாறைகளோடு பேச முடிவதில்லை. அவற்றிற்கு மெல்லுணர்வு கிடையாது. சங்கப் பாடல்கள் அதன் உள்ளே ஓடும் நீரோட்டம் அவ்வளவே. சமூகம் குறித்தான மெல்லுணர்வுகள் பாறைகளுக்கில்லை.

'ஹலோ சார்' என்றேன். அவர் கையை அசைத்து அருகில் அமரப் பணித்தார். பேசவில்லை. அப்போதுதான் கவனித்தேன். முகம் முழுதும் வேர்வை. கழுத்தில் ஒரு வியர்வைப் படலம் காலை வெயிலில் பளபளத்தது. கண்கள் சற்றே தளர்ந்திருந்தன.

"என்ன ஆச்சு சார்? " பரபரத்தேன்.

"ஒன்றுமில்லை" என்றார் தீனமாக. "ஷுகர் குறைஞ்சிருச்சு. பார்க் காவலாளிகிட்டே, வெளியே டீக் கடைலேர்ந்து கொஞ்சம் ஜீனி வாங்கிவரச் சொல்லியிருக்கேன். சரியாயிடும். உக்காருங்க"

அவர் நடுங்கும் கையால் என் மணிக்கட்டைப் பற்றினார். அவர் உள்ளங்கை சூடாக இருந்தது. ''டாக்டர்கிட்ட போலாம். கொஞ்சம் கைத்தாங்கலா நடக்க முடியுமா? கார்ல போயிடலாம்''

அதற்குள் வாட்ச்மேன் ஒரு காகிதத்தில் பொதிந்த சக்கரையுடன் ஓடி வர, அவர் நடுங்கும் கையால் சிறிது எடுத்து வாயில் போட்டுக்கொண்டார். அவன் கொடுத்த தண்ணீரைக் குடித்தவாறே சற்றே சாய்ந்தார். கூடிய சிறு கூட்டத்தைக் காவலாளி கலைக்க, நான் அவரருகே அமர்ந்து கொண்டேன்.

சார், வீட்டுக்குப் போயிரலாமா? பையன் நம்பர் சொல்லுங்க. ''அடுத்த பில்டிங்க் என்பதால் கைத்தாங்கலாக அழைத்துப் போய்விடலாம்.

''வேணாம்.'' என்றவாறு தலையசைத்தார். ''அந்த வீட்டில எந்திரங்கள்தான் இருக்கு. ஒண்ணு மல்ட்டி நேஷனல்ல வைஸ் ப்ரெஸிடெண்ட். இன்னொன்னு இன்வெஸ்ட்மெண்ட் பேங்க்கர். என் மனைவி ஓய்ந்து போன எந்திரம். நான் ஓயப் போற ஒண்ணு. பாக்டரிக்கு அப்புறம் போலாம் ''

துணுக்குற்றேன். இப்படி அவர் பேசியதேயில்லை. தன் குடும்பத்தைப் பற்றி அவர் இதுவரை ஒன்றும் சொன்னதில்லை. அவர் சற்றே தெளிவானதும் நிமிர்ந்து அமர்ந்தார்.

''குறுந்தொகை படிச்சிருக்கீங்களா சுதாகர்? ''

இப்போதிருக்கும் நிலையில், குறுந்தொகை ஒன்றுதான் பாக்கி. '' அப்புறம் பேசலாம் சார். முதல்ல வீட்டுக்குப் போற வழியப் பாப்போம்.'' வலுக்கட்டாயமாக அவரது பையனின் நம்பரை அவரிடமிருந்து வாங்கி, அழைத்து பார்க்கிற்கு வரச் சொன்னேன்.

''குறுந்தொகையில ஒரு பாடல். எழுதினது... ஒக்கூர் மாசாத்தியாரா? மறந்துடுத்து. எனிவே.. தலைவிக்குத் தூக்கம் வரலை. சொல்றா '' தோழி, ஊரெல்லாம் தூங்கிடுத்து. என் உணர்வுகள் முழுசும் முழிச்சிண்டிருக்கு. அவனானா, இன்னிக்கு ராத்திரி வர்றேன்னுட்டு, இன்னும் காணலை. இந்த வீட்லேர்ந்து கொஞ்ச தூரத்துல இருக்கிற மலைலே, மயிலோட காலடி

மாதிரி இருக்கிற இலை கொண்ட நொச்சி மரத்திலேர்ந்து கொத்து கொத்தா நீலப் பூக்கள் இந்த இரவிலே உதிர்றது. அந்த மலர் உதிர்கிற ஓசை எனக்குக் கேக்கறதுடீ'' ங்கறா. மலர் உதிர்கிற சத்தம் கேட்டிருக்கீங்களா சுதாகர்?''

''சார் அப்புறம் பேசலாம்''

''எங்க ஊர் குமிழிப் பக்கம். மலைக்காடு வீட்லேர்ந்து பாத்தா தெரியும். மலர் உதிர்ற ஓசை கிராமத்துல கூட கேக்கறது சிரமம். ராத்திரி திடீர்னு எருமை 'ம்மா'ன்னு அலறும். சுவர்க்கோழி கத்திண்டே இருக்கும். இந்த இயற்கை ஓசையிலேயே மலர் விழறது கேக்காது. ஆனா, நம்ம உணர்வுகள் விழிச்சிருந்தா, காது தீட்டியிருந்தோம்னா கேக்கும். ஒரு பூ விழுந்தாக் கூட கேக்கும். கொத்தா பூ மலையில உதிர்ந்தா பெரிசாவே கேக்கும். யானை தோட்டத்துல நுழைஞ்சா மாதிரி...''

தூரத்தில் அவசரமாக யாரோ வருவது தெரிந்தது.

'' நகரத்துல இந்தப் பூ உதிர்ற சப்தம் நிச்சயமா கேக்காது. ஏகப்பட்ட இயந்திர இரைச்சல். அதோட நம்ம காதும் செவிடாயிருச்சு. நேர்மையான மனுஷனா இருந்தா, சிசு உடல்ல ஜனனம் சேர்ற ஒலியும், உடல்ல மரணம் உரசற ஒலியும் கேக்கணும். அது எந்த ஜீவனாயிருந்தாலும் கேக்கணும். கிராமத்து மனுசிக்குக் கேட்டது. எப்படி தூரத்துக் காட்டுல எந்தப் பூ விழுந்தாலும் சங்ககாலப் பெண்ணுக்குக் கேட்டுதோ, ஒரு பூ விழுந்தாலும், ஆயிரம் பூக்கள் விழுந்தாலும் கேட்டுதோ, அதுமாதிரி. அதுக்கு உணர்வு விழிச்சிருக்கணும். இந்த பூ, அந்தப் பூ, இத்தனை பூக்கள் , அத்தனைப் பூக்கள்னு பிரிக்கப் படாது. இப்படிப் பாகுபாடில்லாம இருந்தா அவள். அதான் தாங்க முடியலை.''

''சார் விடுங்க. எந்தப்பூ விழுந்ததுன்னு இப்பப் பேசறீங்க? நாளைக்குப் பேசலாம்''

நடேசன் கழுத்தை உயர்த்தி வானைப்பார்த்தார் ''எங்க வீட்டுல வேலை செய்யற பொண்ணு... மருமகள் வேலை விஷயமா வெளிநாடு போயிருக்கறச்சே, என் மகன் அவளோட... சில வாரம் முன்னாடி 'கலைச்சுரு'ன்னு பணம் கொடுத்திருக்கான். அவள் முந்தாநேத்திக்கு

இவன்கிட்ட பேசறது கேட்டது சார். மலர் ஒன்று விழுந்திருக்கு, மரணம் உரசினதா...''

என்ன சொல்வதெனத் தெரியாமல் உறைந்திருந்தேன்.

''சங்ககாலப் பெண்போல , என்னாலயும் தாங்க முடியலை. பூ விழும் ஓசை மூளைக்குள்ள அதிருது. இந்த எந்திரங்களின் இரைச்சலையும் மீறிக் கேக்கிற மலர் உதிர்ற ஓசை பொறுக்காம ஓடணும்னு துடிக்கறேன். எங்க ஓடமுடியும்? எங்கப் போனாலும் இரைச்சல்தான். குறுந்தொகை கொடூரமானது, கேட்டீங்களா? ''

''டாட், ஆர் யூ ஓகே?'' என்றவர் என்னைவிட ஐந்து வயது இளையவராக இருப்பார். விவரத்தைக் கூறினேன். கை குலுக்கி நன்றி தெரிவித்து விட்டு நடேசனை மெல்ல அழைத்துப் போனார்.

ஒரு பிரமை பிடித்த நிலையில் வீட்டுக்கு வந்தேன். வந்ததும் குறுந்தொகையில் தேடினேன். அப்பாடலை எழுதியவர் கொல்லன் அழிசி.

''கொன்னூர் துஞ்சினும், யாம் துஞ்சலமே

எம்இல் அயலாது எழில் உம்பர்:

மயிலடி இலைய மாக்குரல் நொச்சி

அணிமிகு மென்கொம்பு ஊழ்த்த

மணிமருள் பூவின் பாடுநனி கேட்டே''

நேர்மை, சுத்தம், மென் உணர்வுகள் கடுமையானவை. குறுந்தொகை கொடியது.

17
லூர்துவின் லிரில் சோப்பு

கே.வி.ஆர் ட்ரவெல்ஸின் புக்கிங் ஆஃபீஸ் பாரத் பெட்ரோல் பம்ப்பின் அருகில் இருப்பது, பலருக்கும் வசதி. 'ஒரு லிட்டர்' என்று சொல்லியபடி ஒரு கத்து கத்தி 'எப்ப வண்டி வரும்?' என்று கேட்டால், தெரிந்துவிடும்.

சூசை அப்படி அன்று குரலெடுத்துக் கேட்கவில்லை. மாறாக, புல்லட்டை உருட்டிக்கொண்டே கடை வாசல் வரை வந்தான். ஈரமான வாசல் மண்ணில், டயர் தடம் பதிய, போட்டிருந்த கோலத்தின் ஒரு பகுதி லேசாகச் சிதைந்தது.

"அரைமணி லேட்டு சூச.. கோயில்பட்டி ரோட்டுல ட்ராபிக்னாங்க. இப்பத்தான் ட்ரைவரு போன் பண்ணாரு"

வண்டியை வேப்ப மர நிழலில் நிறுத்திவிட்டு, லுங்கியை நெகிழ்த்துக் கட்டினான் சூசை. அரை நாள் லீவு போட்டாச்சு. அரைமணி கூட, குறைய ஆனா என்னா? வர்றது லூர்து. அவனுக்காக மாசக்கணக்காவே லீவு போடலாம்.

நாலு வருசமிருக்குமா? லூர்து, தூத்துக்குடி பெரியகோயில் திருவிழா தொடங்க ரெண்டு நாள் முன்னாடி மும்பைக்கு ரயிலேறினான். அப்புறம் நாலு மாசம் கழிச்சு துபாயி. இப்பத்தான் முத தடவையா ஊருக்கு வர்றான்.

"லூர்து எங்கே?" எனத் தேடுபவர்கள், 'சூச எங்கே?' எனத் தேடினாலும் சரிதான். இருவரும் ஒரே இடத்தில்தான் இருப்பார்கள். லூர்தின் வீட்டில் அவனோடு சேர்த்து, அவன் தங்கை, அம்மா என்று மூன்றுபேர்கள். சூசையின் வீட்டில், அவன் பெற்றோரோடு தங்கை மேரியும், தம்பி

இஞ்ஞாசியும் இருக்கிறார்கள். எப்போதும் மோதிக்கொள்ளும் குழுக்கள் இருக்கும் பகை கொண்ட இரு தெருக்களில் இரு நண்பர்கள்.

லூர்து பத்தாவது படித்த்தோடு நிறுத்திக்கொண்டான். இல்லை, நின்று கொண்டான். தையல்காரான அப்பா மாரடைப்பில் போனபின், வீட்டைத் தூக்கி நிறுத்துவது அவன் தலையில் விடிந்தது. சூசை பி,காம் வரை படித்தபின், தூத்துக்குடியில் ஒரு ஷிப்பிங் ஏஜெண்ட் கம்பெனியில் வேலை பார்க்கிறான். இருவரும் ஒரே பள்ளியில் படித்தவர்கள். சிறுவயது நண்பர்கள். தெருக் குழுக்களிடையே பெரிய அளவில் சண்டை வந்து, போலீஸ் படை குவிக்கப் பட்டபோதும், இருவரும் ஒரு பயமுமின்றி ஒருவர் தெருவுக்கு மற்றொருவர் போய் வந்தனர். அவர்களைத் தெரிந்தவர்கள் , அவர்கள் நட்பைத் தெரிந்தவர்கள் எவரும் குறுக்கே வந்ததில்லை.

சூசை தெருவின் மறுபுறத்தைப் பார்த்தான். வெயில் ஏறிக்கொண்டிருக்கிறது. இன்னும் பஸ் வரவில்லை. ஒரு பெண் விரைவாக புதுத்தெருவில் நுழைவது தெரிந்தது. ஒரு நொடியில் சூசை அடையாளம் கண்டுகொண்டான். மேரிதான்.. யார் வீட்டுக்குப் போகிறாள்?

சட்டென நினைவு வந்து, உஷ்ணமானான். அங்கதானே கிருஷ்ணன் வீடு இருக்கிறது? அவந்தான் மெட்ராஸ் போயிட்டானே? அடிச்ச அடிக்கு இனிமே வரவே மாட்டான். அவன் வீட்டுல இவளுக்கு என்ன வேலை?

அது நாலு வருசம் முன்பு... அப்போது லூர்து ஊரில் இருந்தான். மேலக்கரை தொம்மைதான் சொன்னான். ''லே சூச, ஒந்தங்கச்சி அந்த கிருஷ்ணனோட நின்னு பேசிக்கிட்டிருக்கா. ரெண்டுதடவ பஸ்ஸ்டாண்டுல வச்சிப் பாத்துட்டன். நல்லதுக்கில்ல, சொல்லிட்டேன்''

லூர்துவும், சூசையும், கிருஷ்ணனை அன்று இரவு இடைமறித்து, அவனை முள்ளுக்காட்டில் புரட்டி எடுத்தார்கள். மேரி இருநாட்கள் அழுது கொண்டிருந்தாள்.

'அத்தோடு முடிஞ்சுப் போச்சுன்னுல்லா நினைச்சிருந்தேன்? இது எத்தனை நாளா நடக்கு?' ஒருவேளை கிருஷ்ணன் தங்கச்சிகிட்ட

பேசிட்டிருப்பாளோ? அவளும் இவளுக்குக் கூட்டாளியோ, அண்ணாங்கிட்ட பேச வைக்க? . இன்னிக்கு மேரியைக் கேட்டுவிட வேண்டியதுதான்' சூசை நினைத்துக் கொண்டிருக்கும்போதே பஸ் புழுதியைக் கிளப்பி வந்து நின்றது.

லூர்து; என்னமா மாறிட்டான்? வியந்தான் சூசை. தலை செம்பட்டை ஆயிருச்சே? ஒல்லியாப் போயிட்டான்? சூசையை அணைத்துக் கொண்ட லூர்து விம்மினான். சூசையின் கண்களும் பனித்தன. இருவரும் ஏன் என்று சொல்லிக் கொள்ளவில்லை. இருவருக்கும் அழுகை இயலாமையால். ஒன்று வரமுடியாத இயலாமை, மற்றொன்று கண் முன்னேயே, நண்பனின் காதலி கலியாணம் செய்து கொள்வதைக் கண்டும் ஒன்றும் செய்ய முடியாது நின்ற இயலாமை.

''ஏலெ, புல்லட்டுல இம்புட்டு சாமான் ஏத்த முடியாது சூச. ஒரு ஆட்டோ வச்சிருவம். வண்டிய இங்கனக்குள்ளயே விட்டுட்டு வா'' சூசை மறுக்காமல் புல்லட்டை நிறுத்திவிட்டு ஒரு ஆட்டோ பிடித்தான்.

இருவரும் ஊர் வரும்வரை மற்ற விசயங்களைப் பேசி வந்தனர். 'துபாய்ல என்ன திங்கே? அங்கிட்டு மாதா கோயில் இருக்கா? ஏப்பா, ஒரு வேளை துண்ணனும்னா 250 ரூவாயாவுமா? என்னலே, எப்படி கட்டுப்படியாவும்?'

முக்கியமான ஒரு விஷயத்தை இருவரும் தவிர்த்தனர் - சில்வியா தாமஸ்.

லூர்துவின் எதிர் வீட்டு வரிசையில் இருந்த தாமஸ்ஸின் இரண்டாவது மகள் சில்வியா காலேஜ் படித்துக் கொண்டிருந்தாள். தாமஸின் பலசரக்குக் கடை லூர்துவின் வீட்டுக்கு நேர் எதிரே இருந்தது. அவர் இல்லாதபோது, சில்வியா கடையைக் கவனித்திருந்தாள். லூர்து, வாசலில் இரண்டு மெஷின் போட்டு தையலைத் தொடங்கியபோது, மெல்ல இருவருக்கும் காதல் துளிர்விடத் தொடங்கியது. சூசைதான், செயிண்ட் மேரீஸ் காலேஜுக்கும், லூர்து கடைக்கும் தூது போனவன். திருமணம் பத்தி பேசவும் லூர்துவுடன் சூசைதான் தாமஸிடம் போனான்.

''ஒங்கம்மா வராம நான் எப்படிப் பேசமுடியும்?'' என்றார் தாமஸ். அதுவும் சரிதான் என்று நினைத்தார்கள் இருவரும்.

''லூர்து, ஒங்குடும்பம் எனக்குத் தெரியும். ஆனா, ஒஞ்சம்பளம் போதாது பாத்துக்க. அவ படிக்கணுங்கான்னு வை. ஒங்கிட்ட பணமிருக்கா? சரி, வேற வீடு போகணுங்கான்னு வை.சும்மா ஒரு பேச்சுக்குச் சொல்லுதேன்.

போகமுடியுமா? முதல்ல சம்பாரி தம்பி. அப்புறம் பேசலாம்''

''சார்'' லூர்து எழுந்து கை கூப்பினான். '' கொஞ்ச நாள் டயம் கொடுங்க. நான் சம்பாரிச்சுக் காட்டுதேன். அதுவர எனக்காகக் காத்திருங்க''

''பாப்போம். நீ சம்பாரிக்கற வழியப் பாரு'' என்றார் தாமஸ்.

சூசையும், லூர்துவும் தீவிரமாக யோசித்தனர். தாமஸ் இருவதாயிரம் ரூபாய் கொடுத்தார். ''எதுக்கு ?'' என்ற லூர்துவிடம் '' துபாய்ல டெய்லர் வேணும்னு ஒரு விளம்பரம் வந்திருக்கு, இன்னிக்கு தினமலர் பாரு. போயி பணம் கட்டிட்டு சேர்ற வழியப் பாரு. அதுவரை, நீ சில்வியாகிட்ட பேசவோ, லெட்டர் எழுதவோ கூடாது, என்னா?''

லூர்து கிளம்பி பம்பாய் சென்றான். அதன்பின் மூன்று மாதம் தொடர்பு இல்லை. திடீரென அவனிடமிருந்து போன் வந்தது. ''ஏமாத்திட்டானுவ சூச. நான் இங்க செத்து சீரழிஞ்சு, ஒரு மாதிரியா, இப்ப ஓர் ஏஜெண்ட் மூலமா துபாய் போறேன். நாளைக்கு காலேல ப்ளைட்டு. ஒரு வருசம் கழிச்சி லீவு கிடைக்கும். தாமஸ் ஸார், சில்வியாகிட்ட சொல்லிடுடே.''

தாமஸ் வீட்டில் , லுங்கி மட்டும் கட்டியபடி ஈஸிசேரில் சாய்ந்திருந்தார். ''சொல்லுடே'' என்றார்.

''லூர்து இன்னிக்கு போன் பண்ணான். துபாய் போறானாம் நாளைக்கு. ஒரு வருசத்துல வருவானாம்.''

''லேட் ஆயிட்டப்பா'' என்றார் தாமஸ் போலியாக வருத்தப்பட்டபடி..

''இவன் எங்கத் திரும்பி வரப் போறான்னு, சில்வியாவுக்கு ஒரு சம்பந்தம் சரி பண்ணிட்டேனே? அவளும் சரின்னுட்டா''

சூசை இடிந்து போனான். ''என்ன சார் சொல்லுதிய? அப்ப லூர்து?''

''நாங்க காத்துக்கிட்டிருந்தோம். அவரு வரலேல்லா, எத்தனை நாள் இருக்கறதுன்னு அப்பா , வரனை முடிச்சிட்டாரு. என்ன மறந்திரச் சொல்லிருங்க'' சில்வியாவின் குரல் திரைக்குப் பின் தழுதழுத்தது.

''இங்கேருடே, நானும் பொண்ணு நிலமையப் பாக்கணும்லா? நாளைக்கு எனக்கு ஒன்னு ஆயிட்டுன்னா அவளுக்கு யாரிருக்கா? அதான்.... லூர்தோட தங்கமான மனசுக்கு ஏசு காப்பாத்துவாரு. அவனுக்கு நல்லப் பொண்ணா நானே பாத்து முடிக்கேன்னு சொல்லு, என்னா?''

சூசை அன்றிரவு லூர்துவிடம் சொன்னபோது , அடுத்த முனையில் ஒரு நிமிடம் மவுனம். அதன்பின் லூர்து பேசினான் ''சரி. நான் கிளம்புதேன். வீட்டுல , அம்மா தங்கச்சியப் பாத்துக்கடே சூசை. எனக்கு நீ மட்டுந்தான் இருக்க''

அதன்பின் இன்றுதான் அவர்கள் பேசுகிறார்கள்.

லூர்துவின் வீட்டில், சூசையின் தங்கை மேரியும், தம்பி இஞ்ஞாசியும் முன்னே வந்து காத்திருந்தனர். பத்து நிமிட உணர்ச்சிப் பிரவாகத்தின் பின், லூர்து, தனது பெரிய சிகப்பு சூட்கேசைத் திறந்தான். இஞ்ஞாசிக்கு கூலிங்கிளாஸ், சூசைக்கு ஒரு தங்க வாட்சு, மோதிரம்... பெட்டிக்குள் துபாயே இருந்தது.

''யம்மா, ஒனக்கு தங்கச் செயினு''

''எனக்கு எதுக்கடா ராசா? ஒன் தங்கச்சிக்குப் போடு,. கலியாணத்துக்கு ஒதவும்''

''ரெண்டு தங்கச்சிக்கும் வாங்கியாந்திருக்கேன். ரெண்டு பவுனு செயினு'' சூசை திகைத்துப் போனான்.

''டே, லூர்து. மேரிக்கு எதுக்கு? வேணாம். விக்டோரியாக்கு வச்சிக்க''

'லே, நீ யாருல அவளுக்கு வேணாம்னு சொல்ல? அவளும் எந்தங்கச்சிதான். விக்டோரியாவுக்கு என்ன உண்டோ, அது மேரிக்கும் உண்டு. நீ இதிலெல்லாம் இடபடாதே,கேட்டியா?''

''போட்டும்டே மக்கா. சம்பாதிச்சு என்ன கிழிச்சேன்? எதுக்குப் போனேனோ அதுவே இல்லேன்னு ஆனப்புறம், எந்த அன்பு உண்மையோ அதுக்குதானெ செஞ்சிருக்கேன்?. நிறைவா இருக்கு மக்கா''

சூசை பேச்சைத் தவிர்த்தான். என்ன சொல்லமுடியும்? அதே சில்வியா இப்போது , அடுத்த தெருவில்தான் இருக்கிறாள் என்பதையா ? இல்லை, ஒருமுறை அவளை மறித்து ''இப்படி ஏமாத்திட்டயே?'' என்று பொருமினபோது '' அவரு கிட்ட பணம் ஒண்ணுமே இல்லயே? அந்தாளக் கட்டிக்கிட்டு என்ன வாழுறது?''என்று எகத்தாளமாகச் சொன்னதையா?

''குளிச்சிட்டு வர்றேன்மா'' லுங்கியோடு கிணற்றங்கரைக்குப் போனான் லூர்து.

''சரிய்யா. சோறு எடுத்து வக்கேன்... சூசை நீயும் தின்னுட்டுத்தான் போவணும். எப்பிள்ளே விக்டோரியா, கோளி கொளம்பு ஆயிட்டான்னு பாரு''

கிணத்தருகே சாய்வாக இருந்த துணி தோய்க்கும் கல்லில் சோப்புப் பெட்டியை வைத்துவிட்டு , வாளியைக் கிணற்றில் தள்ள, 'தொபுக்கடீர்' என்ற சத்தமும், 'களக் களக்' என்று அது நீர் மொள்ளும் ஒலியும் கேட்டது.

''ஐ, என்ன சோப்புண்ணே இது?'' இஞ்ஞாசி , பெரிதாக இளம் பச்சையிலிருந்த அந்த சோப்பை ஆர்வமுடன் எடுத்தான்.

''லே, அத வையி. எடுக்காத''

இஞ்ஞாசி கவனிக்கவில்லை. கையிலெடுத்து மூக்கில் வைத்து உரக்க முகர்ந்தான். ''ய்ய்யா! என்ன வாசனை?''

பளேரென அவன் கன்னத்தில் ஒரு அறை விழுந்தது. '' எடுக்காதலே, எடுக்காதலேன்னு சொல்லிட்டிருக்கேன். அதென்ன எடுக்கறது?'' லூர்துவின் கோபத்தில், கண்கள் வலியில் துடிக்க, வீங்கிய கன்னத்தைப் பிடித்தவாறு இஞ்ஞாசி சிலை போல் நின்றான்.

துண்டு கொண்டு வந்த மேரியும், அவள் பின் சப்தம் கேட்டு ஓடிவந்த விக்டோரியாவும் திகைத்து நின்றனர். இஞ்ஞாசி, வீறிட்டுக்கொண்டே

''சூசை அண்ணே,'' என்று அலறி வாசலுக்கு ஓட, விம்மல்களுக்கிடையே அவன் சொன்ன கதையை ஓரளவு புரிந்துகொண்ட சூசை பின்பக்கம் விரைந்தான். அவன் கண்கள் கோபத்தில் ஜிவுஜிவுத்தது.

''லே, லூர்து, எந்தம்பி இங்க வர்றது பிடிக்கலேன்னா சொல்லியிருக்கலாம். அவன வீட்டுக்குப் போயி திங்கச் சொல்லியிருப்பேன். ஏன் கைய நீட்டுனே? ''

லூர்து துணி தோய்க்கும் கல்லில் சிலை போல் அமர்ந்திருந்தான்.

''சொல்லுலே, நாதியத்துப்போயி ஒன் வீட்டுல கோளி திங்க வரலைடே நாங்க. ஏட்டி மேரி, தம்பியக் கூட்டிட்டு வீட்டுக்குப் போ''

திரும்பிய சூசை, வெடித்துக் கதறிய கேவல் ஒலியில் திரும்பினான்.

''என் புத்தியச் செருப்பால அடிக்கணும்லே. புத்தியத்துப் போயி பிள்ள கன்னத்துல எவம்மேலயோ இருக்கிற கோவத்துல அறைஞ்சிட்டேன்.

ஊருக்குப் பொறப்பட நாளு, சில்வியா வந்து ஒரு லிரில் சோப்பு கொடுத்தா. ''என் ஞாபகமா வச்சிக்க''ன்னா. முதல் தடவையா அவ உள்ளங்கையை மோந்துப் பாத்தேன். லிரில் சோப்பு வாசனை. சிரிச்சுகிட்டே போயிட்டா. லிரில் சோப்பை பத்திரமா வச்சிருந்தேன்.

மும்பையில என்ன மாதிரி நாலு ஆளுங்கள ஒரு ரூம்புல போட்டு அடைச்சு வச்சிருந்தானுவ. பைசா எல்லாம் பிடிங்கிட்டாங்க. தாராவியில ஒரு லெதர் கம்பெனியில தோல் பை தைச்சேன். அங்கிட்டு பொம்பளைகளும் உண்டு. அதுல நஸ்ரின்னு ஒருத்திக்கு என்மேல ஆசை. எங்கூட வந்திருன்னா. நான் மயங்கல. தினமும், அந்த லிரில் சோப்பு வாசத்துலயே எதிர்காலத்தை முகர்ந்துக்கிட்டிருந்தேன். சில்வியா கூட , மணமா வாழற ஒரு கற்பனை வாழ்க்கை. லிரில் சோப்பு எப்பவும் எங்கூட இருக்கும். அதுல மணம் போனப்புறம் இன்னொரு லிரில் சோப்பு. அது இருக்கற வரைக்கும் எப்படியும் துபாய் போயிறணும்னு வெறியில வேலை பாத்தேன். நாயா அலைஞ்சேன்.

நாலுமாசம் கழிச்சு வேலை கிடைச்சிச்சி. சில்வியா கலியாணம் பண்ணிக்கிட்டான்னு நீ சொன்னதும் உடஞ்சு போனேன். முத வேலையா சோப்பை முகந்தேன். லிரில் வாசனை , முன்னே போக உந்திச்சு. துபாய்ல லிரில் கிடைக்கல. அங்க ஃபா(ஊச்)ன்னு ஒரு சோப்பு, லிரில் மாரியே இருக்கும். அத வாங்கி வச்சிருந்தேன். எப்பெல்லாம் சில்வியா நினைவுக்கு வர்றாளோ, அப்பெல்லாம் ஃபா சோப்பு எடுப்பேன். இன்னும் முன்னேறணும்னு தோணும்.

அந்த சோப்பைத்தான் ஒந்தம்பி எடுத்து மோந்து பாத்தான். பொறுக்கலடே எனக்கு... இன்னும் எத்தன லூர்து, எத்தன சில்வியா, எத்தன லிரில் சோப்பு இருக்கோ? இவனாச்சும் நல்லாயிருக்கணும்டே. இவனுக்காச்சும் நல்ல சோப்பு கிடைக்கணும்''

முகத்தில் அறைந்து அறைந்து அழும் நண்பனைக் கண்ணீர் மல்கப் பார்த்த சூசை ஒன்றும் பேசாமல் வெளியேறினான்.

புதுத் தெருவில் கிருஷ்ணன் வீட்டிலிருந்து வெளி வந்த மேரி, வாசலில் புல்லட்டின் மேல் ஆரோகணித்திருந்த சூசையைப் பார்த்து விக்கித்து போனாள்.

''கிருஷ்ணனுக்கு விசுவாசமா காத்திருட்டி'

உயிர்த்த புல்லட், திரும்பி வேகமெடுத்து, படபடவென ஒலியெழுப்பி மறைந்தது.

பல நூறு ஆண்டுகள் முன்பு, காதலியைப் பிரிந்து பொருளீட்டச் சென்றவன், வழியில் வந்த துன்பத்தையெல்லாம் எவ்வாறு அவள் நினைவால் கடந்தான் என்று கண்ணீருடன் சொல்கிறான். பிற நாடு சென்று வாழும் ஒரு மனிதனின் உணர்வுத் தவிப்பினை படம்போட்டுக் காட்டிய குறுந்தொகைப் பாடல் இது.

சுரந்தலைப்பட்ட நெல்லிஅம் பசுங்காய்

மறப்புலிக் குருளை கோளிடம் கறங்கும்

இறப்பு அருங்குன்றம் இறந்த யாமே

குறுநடைப் பல உள்ளலமே, நெறிமுதல்

கடற்றில் கலித்த முடச்சினை வெட்சித்

தளை அவிழ் பல்போது கமழும்

மைஇருங் கூந்தல் மடந்தை நடப்பே''

- பாலை பாடிய பெருங்கடுங்கோ, குறுந்தொகை.

''சுரவழியில் (போகின்ற கொடிய வழியில்) காணப்பட்ட நெல்லிக்காய்கள் கிடக்கின்ற இடத்தில் பதுங்கிக் கிடக்கின்ற புலிக்குட்டிகள் இருக்க, கடப்பதற்கரிய மலைபோன்ற கடின வழிகளில் நான் சென்றேன். அங்கு சற்றே ஆறுதல் தரும் இனிய குரலுடைய, தத்தி நடக்கின்ற அழகிய பறவைகளின் ஒலியில் மயங்காது, என் முயற்சியில் மட்டுமே கவனம் செலுத்த, காட்டின் வெட்சிப் பூ போல் மணம் கமழும் என் காதலியின் கூந்தலையும், அவள் காதலையும் மட்டுமே நினைத்திருந்தேன்''